# Tinh gọn và Xanh: 100 Công thức Ngon để Ăn uống Lành mạnh và Bền vững

Từ các bữa ăn dựa trên thực vật đến hải sản bền vững, hãy khám phá niềm vui khi ăn uống lành mạnh và làm điều tốt với Sách dạy nấu ăn của chúng tôi

*Miên Quế*

# MỤC LỤC

## THỊT      62



## GIA CẦM      89

**Tạo tác động tích cực đến sức khỏe của bạn và hành tinh với "Lean and Green.".**

- Ăn ngon không có nghĩa là phải hy sinh hương vị hoặc tính bền vững, và với "Lean and Green", bạn sẽ khám phá ra cách thưởng thức những bữa ăn ngon vừa tốt cho sức khỏe vừa thân thiện với môi trường.

- Với 100 công thức nấu ăn có các bữa ăn từ thực vật và hải sản bền vững, bạn sẽ tìm thấy nhiều lựa chọn tốt cho bạn và tốt cho hành tinh.

- Cho dù bạn là người đã cam kết ăn thuần chay hay chỉ đơn giản là muốn kết hợp các bữa ăn lành mạnh và bền vững hơn vào chế độ ăn uống của mình, thì cuốn sách nấu ăn này là dành cho bạn.

- Với các công thức nấu ăn dễ thực hiện và các mẹo hữu ích về ăn uống bền vững, bạn sẽ được truyền cảm hứng để tạo ra những thay đổi tích cực trong chế độ ăn uống của mình và thế giới xung quanh.

*Cho dù bạn đang nấu ăn cho bản thân, gia đình hay môi trường, "Lean and Green" là cuốn sách dạy nấu ăn hoàn hảo cho việc ăn uống lành mạnh và bền vững. Vì vậy, hãy bắt tay vào nấu ăn và bắt đầu tạo ra sự khác biệt!*

## 1. <u>Frittata cà chua húng quế</u>

Làm cho: 2

**THÀNH PHẦN:**
- 5 quả trứng
- 1 muỗng canh dầu ô liu
- 7 oz lon atisô
- 1 tép tỏi, băm nhỏ
- ½ chén cà chua bi
- 2 muỗng canh húng quế tươi, xắt nhỏ
- ¼ chén phô mai feta, vụn
- ¼ muỗng cà phê tiêu
- ¼ muỗng cà phê muối

**HƯỚNG DẪN:**
a) Nấu dầu trong chảo trên lửa vừa.
b) Khuấy tỏi và xào trong 4 phút.

c) Thêm atisô, húng quế và cà chua và nấu trong 4 phút.
d) Đập trứng vào bát và nêm tiêu và muối.
e) Đổ hỗn hợp trứng vào chảo và nấu trong 5-7 phút.

Làm cho: 12

**THÀNH PHẦN:**
- 6 quả trứng
- 1 muỗng canh bột nở
- 2 muỗng canh
- ½ chén hạt lanh xay
- ½ chén bột dừa
- ½ muỗng cà phê quế
- 1 muỗng cà phê kẹo cao su xanthan
- ⅓ chén nước cốt dừa không đường
- ½ chén dầu ô liu
- ½ thìa cà phê muối

**HƯỚNG DẪN:**
a) Làm nóng lò ở 375 F.
b) Thêm trứng, sữa và dầu vào máy trộn đứng và trộn cho đến khi kết hợp.

c) Thêm các thành phần còn lại và trộn cho đến khi trộn đều.
d) Đổ bột vào chảo ổ mỡ.
e) Nướng trong lò trong 40 phút.
f) Cắt lát và phục vụ.

# 3. bánh kếp chia rau bina

Làm cho: 6

## THÀNH PHẦN:
- 4 quả trứng
- ½ chén bột dừa
- 1 cốc nước cốt dừa
- ¼ chén hạt chia
- 1 chén rau bina, xắt nhỏ
- 1 muỗng cà phê baking soda
- ½ thìa cà phê tiêu
- ½ thìa cà phê muối

## HƯỚNG DẪN:
a) Đánh trứng trong bát cho đến khi sủi bọt.
b) Kết hợp tất cả các thành phần khô với nhau và thêm vào hỗn hợp trứng và đánh cho đến khi mịn. Thêm rau bina và khuấy đều.
c) Mỡ chảo với bơ và đun nóng trên lửa vừa.
d) Đổ 3-4 thìa bột lên chảo và làm bánh kếp.
e) Nướng bánh cho đến khi có màu vàng nâu nhẹ từ cả hai mặt.

## 4. Trứng tráng phô mai ô liu

Làm cho: 4

**THÀNH PHẦN:**
- 4 quả trứng lớn
- 2 oz phô mai
- 12 quả ô liu, đọ sức
- 2 muỗng canh bơ
- 2 muỗng canh dầu ô liu
- 1 muỗng cà phê thảo mộc Provence
- ½ thìa cà phê muối

**HƯỚNG DẪN:**
a) Cho tất cả các nguyên liệu trừ bơ vào tô, đánh đều cho đến khi sủi bọt.
b) Đun chảy bơ trong chảo trên lửa vừa.
c) Đổ hỗn hợp trứng lên chảo nóng và trải đều.
d) Đậy nắp và nấu trong 3 phút.
e) Xoay món trứng tráng sang phía bên kia và nấu thêm 2 phút nữa.

Làm cho: 8

**THÀNH PHẦN:**
- 8 quả trứng, đánh tan
- 4 oz phô mai feta, vụn
- 6 oz ớt chuông, nướng và thái hạt lựu
- 5 oz cải xoăn bé
- ¼ chén hành lá, thái lát
- 2 muỗng cà phê dầu ô liu

**HƯỚNG DẪN:**
a) Nấu dầu ô liu trong chảo trên lửa vừa cao.
b) Cho cải xoăn vào chảo và xào trong 4-5 phút hoặc cho đến khi mềm.
c) Xịt nồi nấu chậm bằng bình xịt nấu ăn.
d) Thêm cải xoăn đã nấu chín vào nồi nấu chậm.
e) Thêm hành lá và ớt chuông vào nồi nấu chậm.

f)  Đổ trứng đã đánh vào nồi nấu chậm và khuấy đều để kết hợp.

g) Rắc phô mai feta vụn.

h) Nấu trên lửa nhỏ trong 2 giờ.

Làm cho: 9

**THÀNH PHẦN:**
- 2 quả trứng
- ½ thìa cà phê vani
- ½ chén quả việt quất tươi
- 1 muỗng cà phê bột nở
- 6 giọt cỏ ngọt
- 1 chén kem nặng
- 2 chén bột hạnh nhân
- ¼ chén bơ, tan chảy

**HƯỚNG DẪN:**
a) Đặt lò ở 350 F.
b) Khuấy trứng vào tô trộn và đánh cho đến khi trộn đều.
c) Trộn các nguyên liệu còn lại vào trứng.
d) Đổ bột vào khay muffin đã bôi mỡ và nướng trong lò trong 25 phút. Phục vụ.

Làm cho: 8

## THÀNH PHẦN:

- 1 quả cà tím, cắt thành khối 1 inch
- 1 ½ chén nước sốt spaghetti
- 1 quả zucchini vừa, cắt thành miếng 1 inch
- ½ chén phô mai parmesan, cắt nhỏ

## HƯỚNG DẪN:

a) Kết hợp tất cả các thành phần vào nồi crock và khuấy đều.

b) Đậy nắp và nấu ở nhiệt độ cao trong 2 giờ.

c) Khuấy đều và phục vụ.

## 8. cốm bông cải xanh

Làm cho: 4

**THÀNH PHẦN:**
- 2 lòng trắng trứng
- 2 chén bông cải xanh
- ¼ chén bột hạnh nhân
- 1 chén phô mai cheddar, cắt nhỏ
- ⅛ thìa cà phê muối

**HƯỚNG DẪN:**
a) Làm nóng lò ở 350 F.
b) Thêm bông cải xanh vào bát và nghiền bằng máy nghiền.
c) Cho các nguyên liệu còn lại vào bông cải xanh.
d) Đặt 20 muỗng lên khay nướng và ấn nhẹ xuống.
e) Nướng trong lò làm nóng trước trong 20 phút.

Làm cho: 1

**THÀNH PHẦN:**
- 1 quả trứng
- ¼ chén cơm súp lơ
- 1 muỗng canh dầu ô liu
- ¼ muỗng cà phê bột nghệ
- Hạt tiêu
- Muối

**HƯỚNG DẪN:**
a) Kết hợp tất cả các thành phần trừ dầu vào bát và trộn đều để kết hợp.
b) Nấu dầu trong chảo trên lửa vừa.
c) Đổ hỗn hợp vào chảo dầu nóng và nấu trong 3-4 phút hoặc cho đến khi có màu vàng nâu nhẹ.

## 10. <u>Bánh nướng xốp cải xoăn dừa</u>

Làm cho: 8

**THÀNH PHẦN:**
- 6 quả trứng
- Nửa cốc nước cốt dừa, không đường
- 1 chén cải xoăn, xắt nhỏ
- ¼ muỗng cà phê bột tỏi
- ¼ muỗng cà phê ớt bột
- ¼ chén hành lá, xắt nhỏ

**HƯỚNG DẪN:**
a) Làm nóng lò ở 350 F.
b) Thêm tất cả các thành phần vào bát và đánh đều.
c) Đổ hỗn hợp vào khay muffin đã bôi mỡ và nướng trong lò trong 30 phút.

# 11. bánh nướng xốp protein

Làm cho: 12

## THÀNH PHẦN:
- 8 quả trứng
- 2 muỗng bột protein vani
- 8 oz kem phô mai
- 4 muỗng canh bơ, tan chảy

## HƯỚNG DẪN:
a) Trong một bát lớn, quét pho mát kem và bơ tan chảy.

b) Thêm trứng và bột protein và đánh cho đến khi kết hợp tốt.

c) Đổ bột vào chảo muffin mỡ.

d) Nướng ở 350 F trong 25 phút.

Làm cho: 4

**THÀNH PHẦN:**
- 8 giọt stevia lỏng
- ½ thìa cà phê baking soda
- 1 muỗng canh hạt chia
- ¼ cốc nước
- 2 muỗng canh bơ hạt hướng dương
- 1 thìa cà phê quế
- 1 quả bơ, gọt vỏ, rỗ và nghiền
- 1 muỗng cà phê vani
- 1 thìa nước cốt chanh
- 3 muỗng canh bột dừa

**HƯỚNG DẪN:**
a) Làm nóng trước bàn ủi.

b) Trong một bát nhỏ, thêm nước và hạt chia và ngâm trong 5 phút.

c) Nghiền bơ hạt hướng dương, nước cốt chanh, vani, stevia, hỗn hợp hạt chia và bơ.

d) Trộn đều quế, baking soda và bột dừa.

e) Thêm nguyên liệu ướt vào nguyên liệu khô và trộn đều.

f) Đổ hỗn hợp bánh quế vào khuôn nướng bánh quế nóng và nấu mỗi bên trong 3-5 phút.

## 13. Bánh kếp phô mai hạnh nhân

Làm cho: 4

**THÀNH PHẦN:**
- 4 quả trứng
- ¼ muỗng cà phê quế
- ½ chén pho mát kem
- ½ chén bột hạnh nhân
- 1 muỗng canh bơ, tan chảy

**HƯỚNG DẪN:**

a) Kết hợp tất cả các thành phần vào máy xay sinh tố và trộn cho đến khi kết hợp.

b) Đun nóng bơ trong chảo trên lửa vừa.

c) Đổ 3 muỗng canh bột cho mỗi chiếc bánh và nấu trong 2 phút cho mỗi mặt.

# 14. Quiche rau

Làm cho: 6

**THÀNH PHẦN:**
- 8 quả trứng
- 1 chén phô mai Parmesan, nạo
- 1 chén nước cốt dừa không đường
- 1 chén cà chua, xắt nhỏ
- 1 chén zucchini, xắt nhỏ
- 1 muỗng canh bơ
- ½ thìa cà phê tiêu
- 1 muỗng cà phê muối

**HƯỚNG DẪN:**

a) Làm nóng lò ở 400 F.

b) Đun nóng bơ trong chảo trên lửa vừa rồi thêm hành tây và xào cho đến khi hành tây mềm.

c) Thêm cà chua và bí xanh vào chảo và xào trong 4 phút.

d) Đánh trứng với phô mai, sữa, hạt tiêu và muối trong một cái bát.

e) Đổ hỗn hợp trứng lên rau và nướng trong lò trong 30 phút.
f)  Lát và phục vụ.

## 15. **bánh nướng xốp bí ngô**

Làm cho: 10

**THÀNH PHẦN:**
- 4 quả trứng
- ½ chén bí ngô nghiền
- 1 muỗng cà phê gia vị bánh bí ngô
- ½ chén bột hạnh nhân
- 1 muỗng canh bột nở
- 1 muỗng cà phê vani
- ⅓ chén dầu dừa, đun chảy
- ⅔ cốc đổi hương
- ½ chén bột dừa
- ½ muỗng cà phê muối biển

**HƯỚNG DẪN:**

a) Làm nóng lò ở 350 F.

b) Bột dừa, gia vị bánh bí ngô, bột nở, bột ngọt, bột hạnh nhân và muối biển.

c) Khuấy trứng, vani, dầu dừa và bí ngô xay nhuyễn cho đến khi kết hợp tốt.

d) Đổ bột vào khay muffin đã bôi mỡ và nướng trong lò trong 25 phút.

# BÊN

## 16. _Pesto Zucchini Mì_

Làm cho: 4

**THÀNH PHẦN:**
- 4 zucchinis, hình xoắn ốc
- 1 muỗng canh dầu bơ
- 2 tép tỏi, băm nhỏ
- ⅔ chén dầu ô liu
- ⅓ chén phô mai parmesan, nạo
- 2 chén húng quế tươi
- ⅓ chén hạnh nhân
- ⅛ muỗng cà phê tiêu đen
- ¾ muỗng cà phê muối biển

**HƯỚNG DẪN:**

a) Cho mì zucchini vào một cái chao và rắc ¼ muỗng cà phê muối.

b) Đậy nắp và để yên trong 30 phút.

c) Xả mì zucchini tốt và lau khô.

d) Làm nóng lò ở 400 ° F.

e) Đặt hạnh nhân lên khay nướng có lót giấy da và nướng trong 6-8 phút.

f) Chuyển hạnh nhân nướng vào bộ xử lý thực phẩm và xử lý cho đến khi thô.

g) Thêm dầu ô liu, phô mai, húng quế, tỏi, hạt tiêu và muối còn lại vào máy xay thực phẩm cùng với hạnh nhân và chế biến cho đến khi có kết cấu sốt pesto.

h) Nấu dầu bơ trong chảo lớn trên lửa vừa và cao.

i) Thêm mì zucchini và nấu trong 4-5 phút.

j) Đổ sốt pesto lên mì bí xanh, trộn đều và nấu trong 1 phút.

k) Phục vụ ngay với cá hồi nướng.

## 17. <u>Gạo hoang dã</u>

Làm cho: 8

**THÀNH PHẦN:**
- 3 chén gạo hoang, rửa sạch và để ráo nước
- 6 chén nước luộc rau củ
- ½ muỗng cà phê muối
- ½ muỗng cà phê lá thyme khô
- ½ muỗng cà phê lá húng quế khô
- 1 lá nguyệt quế
- ⅓ chén mùi tây lá phẳng tươi

**HƯỚNG DẪN:**

a) Trong nồi nấu chậm 6 lít, trộn gạo hoang, nước luộc rau, muối, cỏ xạ hương, húng quế và lá nguyệt quế.

b) Đóng và nấu trên lửa nhỏ trong 4 đến 6 giờ.

c) Bạn có thể nấu món này lâu hơn cho đến khi cơm nở ra, mất khoảng 7 đến 8 tiếng.

d) Loại bỏ và loại bỏ lá nguyệt quế.

e) Khuấy rau mùi tây và phục vụ.

Làm cho: 8

**THÀNH PHẦN:**
- 2 ¼ cốc lúa mạch đã tách vỏ, rửa sạch
- 4 tép tỏi, băm nhỏ
- 1 (8-ounce) gói nấm nút, xắt nhỏ
- 6 chén nước dùng rau ít natri
- ½ muỗng cà phê lá kinh giới khô
- ⅛ muỗng cà phê tiêu đen
- ⅔ chén phô mai Parmesan nạo

**HƯỚNG DẪN:**
a) Trong nồi nấu chậm 6 lít, trộn lúa mạch, tỏi, nấm, nước dùng, kinh giới và hạt tiêu.

b) Đậy nắp và nấu ở nhiệt độ thấp trong 7 đến 8 giờ hoặc cho đến khi lúa mạch hấp thụ gần hết chất lỏng và mềm, còn rau củ cũng mềm.

c) Khuấy phô mai Parmesan và phục vụ.

## 19. Risotto với đậu xanh và khoai lang

Làm cho: 8

**THÀNH PHẦN:**
- 1 củ khoai lang lớn
- 5 tép tỏi, băm nhỏ
- 2 chén gạo lứt hạt ngắn
- 1 muỗng cà phê lá thyme khô
- 7 chén nước dùng rau ít natri
- 2 chén đậu xanh, cắt đôi theo chiều ngang
- 3 muỗng canh bơ không ướp muối
- ½ chén phô mai Parmesan

**HƯỚNG DẪN:**
a) Trong nồi nấu chậm 6 lít, trộn khoai lang, tỏi, gạo, cỏ xạ hương và nước dùng.
b) Đậy nắp và nấu trên lửa nhỏ trong 3 đến 4 giờ.
c) Trộn đậu xanh vào.
d) Đậy nắp và nấu trên lửa nhỏ trong 37 phút.

e) Khuấy bơ và phô mai. Đậy nắp và nấu ở nhiệt độ thấp trong 20 phút, sau đó khuấy đều và dùng.

## 20. <u>Maple Lemon Tempeh Cubes</u>

Làm cho: 4

## THÀNH PHẦN:
- Đền chùa; 1 gói
- Dầu dừa; 2 đến 3 muỗng cà phê
- Nước chanh; 3 muỗng canh
- xi-rô phong; 2 thìa cà phê
- 1 đến 2 muỗng cà phê Amino lỏng hoặc tamari ít natri
- Nước; 2 thìa cà phê
- Húng quế khô; ¼ thìa cà phê
- Bột tỏi; ¼ thìa cà phê
- Tiêu đen (mới xay); nếm thử

## HƯỚNG DẪN:
a) Làm nóng lò nướng của bạn đến 400 ° C.
b) Cắt khối tempeh của bạn thành hình vuông ở dạng vừa ăn.

c) Nấu dầu dừa ở nhiệt độ trung bình đến cao trong chảo chống dính.

d) Khi tan chảy và nóng lên, thêm tempeh và nấu ở một bên trong 2-4 phút, hoặc cho đến khi tempeh chuyển sang màu vàng nâu.

e) Lật các miếng tempeh và nấu trong 2-4 phút.

f)  Trộn nước cốt chanh, tamari, xi-rô phong, húng quế, nước, tỏi và tiêu đen trong khi tempeh có màu nâu.

g) Thả hỗn hợp lên tempeh, sau đó xoay để phủ tempeh.

h) Xào trong 2-3 phút, sau đó lật tempeh và xào thêm 1-2 phút nữa.

i)  Tempeh ở cả hai mặt phải mềm và có màu cam.

## 21. <u>Quinoa với rau</u>

Làm cho: 8

**THÀNH PHẦN:**
- 2 chén quinoa, rửa sạch và để ráo nước
- 2 củ cà rốt, gọt vỏ và thái lát
- 1 chén nấm cremini thái lát
- 3 tép tỏi, băm nhỏ
- 4 chén nước dùng rau ít natri
- ½ muỗng cà phê muối
- 1 muỗng cà phê lá kinh giới khô
- ⅛ muỗng cà phê tiêu đen

**HƯỚNG DẪN:**
a) Trong nồi nấu chậm 6 lít, trộn tất cả nguyên liệu.
b) Nấu trên lửa nhỏ trong 5 đến 6 giờ, đậy nắp.
c) Khuấy hỗn hợp và phục vụ.

Làm cho: 2

## THÀNH PHẦN:

- 1 pound bít tết thịt bò sống, cắt thành dải
- 1 muỗng canh + 2 muỗng cà phê nước tương ít natri
- 1 gói Splenda
- ½ cốc nước
- 1 ½ chén bông cải xanh
- 1 muỗng cà phê mè hoặc dầu ô liu
- 2 chén súp lơ nấu chín, nạo hoặc súp lơ đông lạnh

## HƯỚNG DẪN:

a) Xào bít tết với nước tương và để yên trong khoảng 15 phút.

b) Đun nóng dầu trên lửa vừa và xào thịt bò trong 3-5 phút hoặc cho đến khi chín vàng.

c) Lấy ra khỏi chảo.

d) Đặt bông cải xanh, Splenda và nước.

e) Đậy nắp và nấu trong 5 phút hoặc cho đến khi bông cải xanh bắt đầu mềm, thỉnh thoảng khuấy.

f)  Thêm thịt bò trở lại và đun nóng kỹ.

g) Dọn món ăn với cơm súp lơ.

## 23. **Mỳ gà bí ngòi**

Làm cho: 2

**THÀNH PHẦN:**
- 1 zucchini lớn, xoắn ốc
- 1 ức gà, không da và không xương
- ½ muỗng canh jalapeno, băm nhỏ
- 2 tép tỏi, băm nhỏ
- ½ muỗng cà phê gừng, băm nhỏ
- ½ thìa nước mắm
- 2 muỗng canh nước cốt dừa
- ½ thìa mật ong
- ½ nước cốt chanh
- 1 muỗng canh bơ đậu phộng
- 1 củ cà rốt, xắt nhỏ
- 2 muỗng canh hạt điều, xắt nhỏ
- ¼ chén rau mùi
- 1 muỗng canh dầu ô liu

**HƯỚNG DẪN:**

a) Nấu dầu ô liu trong chảo trên lửa vừa cao.

b) Nêm ức gà với tiêu và muối.

c) Khi dầu nóng, cho ức gà vào chảo và nấu trong 3-4 phút mỗi bên hoặc cho đến khi chín.

d) Lấy ức gà ra khỏi chảo.

e) Cắt ức gà bằng nĩa và đặt sang một bên.

f) Trong một bát nhỏ, trộn bơ đậu phộng, ớt jalapeno, tỏi, gừng, nước mắm, kem dừa, mật ong và nước cốt chanh.

g) Để qua một bên.

h) Trong một bát trộn lớn, kết hợp zucchini xoắn ốc, cà rốt, hạt điều, rau mùi và thịt gà xé nhỏ.

i) Đổ hỗn hợp bơ đậu phộng lên mì zucchini và trộn đều.

j) Phục vụ ngay lập tức và thưởng thức.

Làm cho: 4

**THÀNH PHẦN:**
- 8 ounce mì ống penne chưa nấu chín
- dầu ô liu 1 ounce
- 1 tép tỏi băm nhỏ
- 24 ounce cà chua, xắt nhỏ
- 8 ounces nấm tươi, thái lát
- 16 ounce lá rau bina đóng gói
- Một chút muối và hạt tiêu
- 1 nhúm mảnh ớt đỏ
- 8 ounce phô mai feta vụn

**HƯỚNG DẪN:**
a) Đun sôi nước muối và nấu mì ống trong 5-10 phút hoặc cho đến khi mì mềm nhưng cứng vừa ăn. Xả nước ra khỏi nồi.

b) Đun nóng dầu trong chảo lớn ở nhiệt độ Trung bình-Cao. Xào tỏi.

c) Thêm cà chua, nấm, rau bina, muối, hạt tiêu và mảnh đỏ vào chảo và trộn đều, nấu trong 2-3 phút hoặc cho đến khi hỗn hợp nóng lên.
d) Giảm nhiệt và thêm mì ống và pho mát. Khuấy kỹ cho đến khi nóng hoàn toàn và phục vụ.

## 25. Pasta Pesto tôm

Làm cho: 8

**THÀNH PHẦN:**
- mì ống 16 ounce
- 4 lạng bơ
- kem nặng 16 ounce
- ½ muỗng cà phê tiêu đen, xay
- 8 ounces phô mai Parmesan, nạo
- 2 ½ ounce sốt pesto
- 16 ounce tôm lớn bóc vỏ, bỏ chỉ

**HƯỚNG DẪN:**
a) Đun sôi nước muối và nấu mì trong 10 phút
b) Xả hồ bơi và đặt nó sang một bên.
c) Nấu bơ trong chảo lớn trên lửa vừa. Thêm kem và hạt tiêu, nấu trong 8 phút và khuấy liên tục.

d) Thêm phô mai parmesan vào nước sốt và trộn đều. Đổ sốt pesto vào và nấu trong 5 phút hoặc cho đến khi hỗn hợp đạt độ đặc mong muốn.

e) Sau đó, thêm tôm và nấu trong 5 phút hoặc cho đến khi tôm có màu hồng.

f)  Sắp tôm lên mì và phục vụ.

# 26. Spaghetti nồi nấu chậm

Làm cho: 8

**THÀNH PHẦN:**
- dầu ô liu 1 ounce
- 4 ounce xúc xích Ý
- 16 ounce thịt bò xay
- 1 muỗng cà phê gia vị Ý, sấy khô
- ½ muỗng cà phê kinh giới khô
- 1 muỗng cà phê bột tỏi
- Nước sốt cà chua đóng hộp 29 ounce
- 6 ounce bột cà chua đóng hộp
- 1 4 ½ ounce cà chua kiểu Ý đóng hộp, thái hạt lựu
- ¼ muỗng cà phê lá húng tây, khô
- ¼ muỗng cà phê húng quế, khô
- ½ muỗng cà phê oregano
- bột tỏi ⅓-ounce
- ½-ounce đường trắng

**HƯỚNG DẪN:**

a) Làm nóng dầu trong chảo lớn trên lửa vừa. Xào hành tây và xúc xích trong dầu cho đến khi hành tây trong và xúc xích chín vàng đều.

b) Di chuyển xúc xích vào nồi nồi nấu chậm của bạn.

c) Nấu kinh giới, thịt bò xay, gia vị và 1 muỗng cà phê tỏi trong cùng một chảo trong 10 phút hoặc cho đến khi thịt vụn và chín vàng đều.

d) Chuyển thịt bò vào nồi nấu chậm. Khuấy các nguyên liệu còn lại vào hỗn hợp trong nồi nấu chậm và nấu ở mức Thấp trong 8 giờ.

## 27. thịt bò Lo Mein

Làm cho: 4

**THÀNH PHẦN:**
- 8 ounces spaghetti chưa nấu chín
- 1 muỗng cà phê dầu mè
- dầu đậu phộng ½-ounce
- 4 tép tỏi băm nhỏ
- ½-ounce gừng, băm nhỏ
- 32 ounce rau hỗn hợp
- 16 ounce bít tết sườn thái lát mỏng
- 1 ½-ounce nước tương
- 1 ounce đường nâu
- ½-ounce dầu hào
- ½-ounce tương ớt có vị tỏi

**HƯỚNG DẪN:**
a) Đun sôi nước muối và nấu mì spaghetti trong 12 phút
b) Xả mì và đổ chúng vào một cái bát lớn.
c) Quăng mì với dầu mè và đậy nắp bát để giữ ấm cho mì.

d) Nấu dầu đậu phộng trong chảo lớn ở nhiệt độ Trung bình-Cao và nấu tỏi và gừng trong dầu trong 30 giây.

e) Thêm rau vào chảo và nấu trong 5 phút, sau đó thêm thịt bò và nấu thêm 5 phút nữa hoặc cho đến khi nóng.

f) Quăng tất cả các thành phần với nhau trong 3 phút cho đến khi nóng.

# 28. Gà tetrazzini

Làm cho: 1-2

**THÀNH PHẦN:**

- 16 ounce mì ống chưa nấu chín
- 4 lạng bơ
- 24 ounce nấm tươi, thái lát
- 8 ounces ớt chuông xanh, băm nhỏ
- 21 (½ oz) kem súp nấm đặc
- 16 ounce nước dùng gà
- 16 ounces phô mai Cheddar, cắt nhỏ
- 4 ounce sherry nấu ăn
- 1 muỗng cà phê nước sốt Worrouershire
- 1 muỗng cà phê muối
- ¼ muỗng cà phê tiêu đen
- 32 ounces ức gà nấu chín không xương, xắt nhỏ
- 8 ounces phô mai Parmesan, nạo

**HƯỚNG DẪN:**

a) Luộc mì ống trong nước sôi với muối trong 10 phút hoặc cho đến khi mì mềm nhưng vừa ăn.

b) Làm nóng lò ở nhiệt độ 375°F.

c) Nấu bơ trong chảo lớn trên lửa vừa và nấu nấm, hạt tiêu trong bơ cho đến khi mềm.

d) Thêm súp nấm và nước dùng cho đến khi ấm hoàn toàn. Thêm mì ống, phô mai cheddar, Worcestershire, rượu sherry, muối, hạt tiêu và thịt gà vào súp nấm và trộn đều.

e) Đặt hỗn hợp vào một đĩa nướng lớn và rắc Parmesan và ớt bột lên trên. Nướng trong 35 phút.

## 29. <u>Soong ớt Mozzarella</u>

Làm cho: 4

**THÀNH PHẦN:**
- 16 ounce thịt bò xay siêu nạc
- 28 ounce nước sốt spaghetti
- mì ống rotini 16 ounce
- 16 ounce phô mai mozzarella cắt nhỏ

**HƯỚNG DẪN:**

a) Nấu mì ống trong nước sôi trong 10 phút hoặc cho đến khi mì mềm nhưng chắc vừa ăn.

b) Làm nóng lò ở 350 F

c) Xịt một món thịt hầm bằng bình xịt nấu ăn và đặt sang một bên.

d) Nấu thịt bò trong chảo lớn trên lửa vừa cho đến khi chín vàng đều và vụn. Xả mỡ thừa ra khỏi chảo.

e) Cho nước sốt spaghetti và mì ống vào thịt bò trong chảo.

f) Trong đĩa thịt hầm đã chuẩn bị, sắp xếp một lớp thịt theo sau là một lớp phô mai và lặp lại cho đến khi hết nguyên liệu.

g) Nướng trong 25 phút hoặc cho đến khi phô mai tan chảy và sủi bọt.

## 30. Linguini tôm và cà chua

Làm cho: 6

**THÀNH PHẦN:**
- 1 ounce dầu ô liu nguyên chất
- 3 tép tỏi băm nhỏ
- 32 ounce cà chua, thái hạt lựu
- 8 ounces rượu trắng khô
- 1 ounce bơ
- nhúm muối và hạt tiêu đen
- 16 ounce mì ống chưa nấu chín
- 16 ounce tôm vừa, bóc vỏ và bỏ chỉ
- 1 muỗng cà phê gia vị Cajun
- 1 ounce dầu ô liu nguyên chất

**HƯỚNG DẪN:**
a) Nấu 1 oz dầu ô liu trong nồi lớn ở Nhiệt độ Trung bình.

b) Xào tỏi trong dầu trong 2 phút, sau đó thêm cà chua và rượu vào tỏi và dầu.

c) Nấu hỗn hợp trong 30 phút, khuấy thường xuyên, sau đó thêm bơ, muối và hạt tiêu.

d) Sử dụng một nồi nước muối lớn và nấu mì trong 10-12 phút hoặc cho đến khi mềm.

e) Xả nước từ hồ bơi và đặt mì sang một bên.

f)  Rắc tôm với gia vị, muối và hạt tiêu và nấu trong chảo với 1 ounce dầu ô liu trên lửa vừa.

g) Khuấy trong 5 phút hoặc cho đến khi có màu hồng ở giữa.

h) Thêm tôm vào nước sốt mì ống, sau đó trộn với mì ống trong một bát lớn và phục vụ.

Làm cho: 4

**THÀNH PHẦN:**
- 2 pound' thịt bò, cắt thành dải
- ¼ chén giấm balsamic
- 2 chén nước dùng bò
- 1 muỗng canh gừng, nạo
- Nước cốt của ½ quả chanh
- 1 chén nấm nâu, thái lát
- nhúm muối và hạt tiêu đen
- 1 muỗng cà phê bột quế

**HƯỚNG DẪN:**
a) Trong nồi nấu chậm của bạn, trộn tất cả các thành phần, đậy nắp và nấu ở nhiệt độ thấp trong 8 giờ.
b) Chia mọi thứ giữa các đĩa và phục vụ.

## 32. <u>Kinh giới heo trộn</u>

Làm cho: 4

**THÀNH PHẦN:**
- 2 cân thịt lợn quay
- 7 ounce bột cà chua
- 1 củ hành vàng, xắt nhỏ
- 1 chén nước dùng bò
- 2 muỗng canh thì là
- 2 muỗng canh dầu ô liu
- 2 muỗng canh oregano tươi, xắt nhỏ
- 1 muỗng canh tỏi, băm nhỏ
- ½ chén húng tây tươi, xắt nhỏ

**HƯỚNG DẪN:**

a) Làm nóng chảo với dầu trên lửa vừa và cao, thêm thịt nướng vào, chiên vàng cả hai mặt trong 3 phút rồi chuyển sang nồi nấu chậm của bạn.

b) Thêm các thành phần còn lại, quăng một chút, đậy nắp và nấu ở nhiệt độ thấp trong 7 giờ.

c) Cắt miếng thịt nướng, chia ra đĩa và phục vụ.

Làm cho: 10

**THÀNH PHẦN:**
- thịt bò nướng 5 pounds
- 2 muỗng canh gia vị Ý
- 1 chén nước dùng bò
- 1 muỗng canh ớt bột ngọt
- 3 muỗng canh dầu ô liu

**HƯỚNG DẪN:**
a) Trong nồi nấu chậm của bạn, trộn tất cả các thành phần, đậy nắp và nấu ở nhiệt độ thấp trong 8 giờ.
b) Cắt thịt nướng, chia ra đĩa và phục vụ.

## 34. **Thịt heo và ớt**

Làm cho: 4


**THÀNH PHẦN:**
- 1 củ hành đỏ, xắt nhỏ
- 2 cân thịt lợn xay
- 4 tép tỏi, băm nhỏ
- 2 quả ớt chuông đỏ, xắt nhỏ
- 1 cọng cần tây, xắt nhỏ
- 25 ounce cà chua tươi, bóc vỏ, nghiền nát
- ¼ chén ớt xanh, xắt nhỏ
- 2 muỗng canh oregano tươi, xắt nhỏ
- 2 thìa ớt bột
- nhúm muối và hạt tiêu đen
- Một giọt dầu ô liu


**HƯỚNG DẪN:**

a) Làm nóng chảo với dầu trên lửa vừa cao và thêm hành tây, tỏi và thịt. Trộn và nâu trong 5 phút rồi chuyển sang nồi nấu chậm của bạn.

b) Thêm phần còn lại của các thành phần, quăng, đậy nắp và nấu ở nhiệt độ thấp trong 8 giờ.

c) Chia mọi thứ vào bát và phục vụ.

## 35. Quesadillas kiểu Hy Lạp

Làm cho: 4

**THÀNH PHẦN:**
- 4 bánh tortilla lúa mì
- 1 chén phô mai Mozzarella, cắt nhỏ
- 1 chén rau bina tươi, xắt nhỏ
- 2 muỗng canh sữa chua Hy Lạp
- 1 quả trứng, đánh tan
- ¼ chén ô liu xanh, thái lát
- 1 muỗng canh dầu ô liu
- ⅓ chén rau mùi tươi, xắt nhỏ

**HƯỚNG DẪN:**
a) Trong bát, kết hợp phô mai Mozzarella, rau bina, sữa chua, trứng, ô liu và ngò.
b) Sau đó đổ dầu ô liu vào chảo.
c) Đặt một chiếc bánh tortilla vào chảo và phết hỗn hợp Mozzarella lên trên.

d) Cho lớp bánh tortilla thứ hai lên trên và phết lại bằng hỗn hợp phô mai.

e) Sau đó đặt bánh tortilla thứ ba và trải nó với tất cả hỗn hợp phô mai còn lại.

f)  Bọc nó bằng lớp bánh tortilla cuối cùng và chiên mỗi bên trong 5 phút trên lửa vừa.

Làm cho: 2

**THÀNH PHẦN:**
- 2 bánh lúa mì
- 2 ounces đậu đỏ, đóng hộp, ráo nước
- 2 muỗng canh hummus
- 2 muỗng cà phê sốt tahini
- 1 quả dưa chuột
- 2 lá xà lách
- 1 muỗng canh nước cốt chanh
- 1 muỗng cà phê dầu ô liu
- ½ muỗng cà phê oregano khô

**HƯỚNG DẪN:**
a) Nghiền đậu đỏ cho đến khi bạn có được một hỗn hợp nhuyễn.

b) Sau đó trải bánh ngô với đậu nghiền từ một bên.

c) Thêm sốt hummus và tahini.

d) Cắt dưa chuột thành miếng và đặt chúng lên sốt tahini.

e) Sau đó thêm lá rau diếp.

f) Làm nước xốt: trộn đều dầu ô liu, lá oregano khô và nước cốt chanh.

g) Rưới nước xốt lên lá rau diếp và gói bánh ngô thành hình bánh burritos.

## 37. <u>Thịt xông khói khoai lang nghiền</u>

Làm cho: 4

**THÀNH PHẦN:**
- 3 củ khoai lang, gọt vỏ
- 4 ounces thịt xông khói, xắt nhỏ
- 1 chén nước dùng gà
- 1 muỗng canh bơ
- 1 muỗng cà phê muối
- 2 ounce Parmesan, nạo

**HƯỚNG DẪN:**
a) Xúc xắc khoai lang và cho vào chảo.
b) Thêm nước dùng gà và đóng nắp.
c) Luộc rau cho đến khi chúng mềm.
d) Sau đó, để ráo nước dùng gà.
e) Nghiền khoai lang với sự trợ giúp của máy nghiền khoai tây. Thêm phô mai bào và bơ.

f)  Trộn đều muối và thịt xông khói xắt nhỏ. Chiên hỗn hợp cho đến khi giòn (10-15 phút).

g) Thêm thịt xông khói đã nấu chín vào khoai lang nghiền và trộn đều bằng thìa.

h) Nên phục vụ bữa ăn ấm hoặc nóng.

Làm cho: 4

**THÀNH PHẦN:**
- 8 viên Mozzarella, cỡ quả anh đào
- 4 ounces thịt xông khói, thái lát
- ¼ muỗng cà phê tiêu đen xay
- ¾ muỗng cà phê hương thảo khô
- 1 muỗng cà phê bơ (⅛ chất béo lành mạnh)

**HƯỚNG DẪN:**
a) Rắc thịt xông khói thái lát với tiêu đen xay và hương thảo khô.
b) Bọc từng viên Mozzarella trong thịt xông khói đã cắt lát và cố định chúng bằng tăm.
c) Làm tan chảy bơ.
d) Chải các viên Mozzarella đã bọc với bơ.
e) Lót khay nướng bằng giấy da và sắp xếp các viên Mozzarella trong đó.
f) Nướng bữa ăn trong 10 phút ở 365F.

# 39. Thịt viên thịt cừu Bulgur

Làm cho: 6

**THÀNH PHẦN:**
- 1 và ½ cốc sữa chua Hy Lạp
- ½ muỗng cà phê thì là, xay
- 1 chén dưa chuột, thái nhỏ
- ½ muỗng cà phê tỏi, băm nhỏ
- nhúm muối và hạt tiêu đen
- 1 chén bánh phồng
- 2 chén nước
- Thịt cừu 1 pound, xay
- ¼ chén rau mùi tây, xắt nhỏ
- ¼ chén hẹ tây, xắt nhỏ
- ½ muỗng cà phê hạt tiêu, xay
- ½ muỗng cà phê bột quế
- 1 muỗng canh dầu ô liu

**HƯỚNG DẪN:**

a) Kết hợp bulgur với nước trong một cái bát, đậy nắp bát, để sang một bên trong 10 phút, để ráo nước và chuyển sang một cái bát.

b) Thêm thịt, sữa chua và các thành phần còn lại trừ dầu, khuấy đều và tạo hình những viên thịt vừa ra khỏi hỗn hợp này.

c) Làm nóng dầu trong chảo ở nhiệt độ trung bình cao, cho thịt viên vào, chiên mỗi mặt 7 phút, bày ra đĩa và dùng như món khai vị.

## 40. Hummus với thịt cừu đất

Làm cho: 8

**THÀNH PHẦN:**
- 10 ounce hummus
- 12 ounces thịt cừu, xay
- ½ chén hạt lựu
- ¼ chén rau mùi tây, xắt nhỏ
- 1 muỗng canh dầu ô liu

**HƯỚNG DẪN:**

a) Cho dầu ăn vào chảo ở nhiệt độ trung bình cao, cho thịt vào rán trong 15 phút, thường xuyên đảo đều.

b) Trải hummus ra đĩa, rải thịt cừu xay lên khắp, cũng rải hạt lựu và rau mùi tây và dùng với khoai tây chiên như một món ăn nhẹ.

Làm cho: 4

**THÀNH PHẦN:**
- 2 quả bơ
- 1 ½ chén thịt cừu băm nhỏ
- ½ chén phô mai cheddar
- ½ chén phô mai parmesan, nạo
- 2 muỗng canh hạnh nhân, xắt nhỏ
- 1 muỗng canh rau mùi, xắt nhỏ
- 2 muỗng canh dầu ô liu
- 1 quả cà chua, xắt nhỏ
- 1 jalapeno, xắt nhỏ
- Muối và hạt tiêu cho vừa ăn
- 1 muỗng cà phê tỏi, băm nhỏ
- 1 inch gừng, thái nhỏ

**HƯỚNG DẪN:**

a) Cắt đôi quả bơ. Bỏ hột và múc một ít thịt để nhồi sau.

b) Trong một cái chảo, thêm một nửa dầu.

c) Xả gừng, tỏi trong 1 phút.

d) Thêm thịt cừu và quăng trong 3 phút.

e) Thêm cà chua, rau mùi, parmesan, ớt jalapeno, muối, hạt tiêu và nấu trong 2 phút.

f) Tắt lửa. Nhồi quả bơ.

g) Rắc hạnh nhân, phô mai cheddar và thêm dầu ô liu lên trên.

h) Thêm vào một tấm nướng và nướng trong 30 phút. Phục vụ.

## 42. Zucchini bò nướng

Làm cho: 4

**THÀNH PHẦN:**
- 2 quả bí xanh lớn
- 1 chén thịt bò bằm
- 1 chén nấm, xắt nhỏ
- 1 quả cà chua, xắt nhỏ
- ½ chén rau bina, xắt nhỏ
- 1 muỗng canh hẹ, băm nhỏ
- 2 muỗng canh dầu ô llu
- Muối và hạt tiêu cho vừa ăn
- 1 muỗng canh bơ hạnh nhân
- 1 muỗng cà phê bột tỏi
- 1 chén phô mai cheddar, nạo
- ⅓ muỗng cà phê bột gừng

**HƯỚNG DẪN:**
a) Làm nóng lò ở 400 độ F.

b) Thêm giấy nhôm trên một tấm nướng.

c) Cắt zucchini làm đôi. Múc hạt ra và tạo túi để nhét chúng sau này.

d) Trong chảo, thêm dầu ô liu.

e) Quăng thịt bò cho đến khi nâu.

f) Thêm nấm, cà chua, hẹ, muối, hạt tiêu, tỏi, gừng và rau bina.

g) Nấu trong 2 phút. Tắt lửa.

h) Nhồi zucchinis bằng hỗn hợp.

i) Thêm chúng vào tấm nướng. Rắc phô mai lên trên.

j) Thêm bơ lên trên. Nướng trong 30 phút. Phục vụ ấm áp.

Làm cho: 4

**THÀNH PHẦN:**
- 20 Một lần. Bít tết với nạc sườn mắt
- 6 ngọn bông cải xanh
- ½ chén nước dùng thịt bò
- ¼ muỗng canh nước cốt chanh
- 1 ½ thìa thì là xay
- 1 ½ thìa rau mùi xay
- 2 tép tỏi lớn, thái nhỏ
- 3 pound dầu ô liu

**HƯỚNG DẪN:**
a) Trộn tất cả các thành phần nước xốt (trừ dầu) với nhau trong máy xay sinh tố.
b) Thêm dầu vào máy trộn với động cơ hoạt động chậm.
c) Làm lạnh và đậy nắp cho đến khi sẵn sàng sử dụng. Đổ 1 chén nước xốt lên bít tết trong đĩa thủy tinh, đậy kín các mặt.
d) Đậy nắp và để nguội trong 6 giờ (hoặc qua đêm).

e) Nướng trên than cỡ vừa, trở thường xuyên và làm sạch với ½ chén nước xốt còn sót lại.

f) Hấp bông cải xanh sang một bên và phục vụ.

## 44. <u>Cải thìa kho tộ sốt đậu phộng</u>

Làm cho: 4

**THÀNH PHẦN:**
- 2 chén nước dùng gà
- 12 chén rau xanh xắt nhỏ
- 5 muỗng canh bơ đậu phộng dạng bột
- 3 tép tỏi, đập dập
- 1 muỗng cà phê muối
- ½ muỗng cà phê tiêu
- ½ thìa cà phê tiêu đen
- 2 muỗng cà phê nước cốt chanh
- ¾ muỗng cà phê nước sốt nóng
- 1 ½ pound thịt lợn thăn

**HƯỚNG DẪN:**
a) Lấy một cái nồi có nắp đậy kín và trộn cải thìa với tỏi, nước dùng gà, nước sốt nóng, cùng một nửa số hạt tiêu và muối.
b) Nấu trên lửa nhỏ trong 60 phút.
c) Khi cải thìa đã mềm, khuấy đều nước cốt chanh trong hạt tiêu.

d) Và bột bơ đậu phộng.

e) Giữ ấm.

f) Nêm thăn lợn với hạt tiêu và muối còn lại, và nướng trong lò nướng bánh mì trong 10 phút khi bạn có nhiệt độ bên trong là 145F.

g) Đảm bảo lật thịt thăn 2 phút một lần để thịt chín vàng đều.

h) Sau đó, bạn có thể lấy thịt lợn ra khỏi lò và để yên trong 5 phút.

i)  Thái thịt lợn tùy thích và bày lên trên rau om.

Làm cho: 4

**THÀNH PHẦN:**
- Bánh
- 2 chén phô mai Cottage
- 2 chén phô mai Cheddar
- 1 ớt chuông
- 1 chén nấm Portobello
- 2-3 muỗng canh gia vị Chipotle
- salsa nhẹ, để nhúng

**HƯỚNG DẪN:**
a) Thêm ớt chuông (thái lát, màu đỏ) và nấm (thái lát) vào chảo nướng lớn trên lửa vừa.
b) Nấu khoảng 10 phút cho đến khi mềm. Lấy ra sau đó chuyển vào một cái bát (vừa). Để qua một bên.
c) Thêm gia vị chipotle và phô mai vào một cái bát nhỏ. Khuấy đều để kết hợp.

d) Đặt bánh tortillas lên khay nướng và đổ hỗn hợp rau củ lên bánh tortillas.

e) Rắc hỗn hợp phô mai tươi lên trên và sau đó phủ phô mai cheddar (cắt nhỏ) lên trên.

f) Đặt một chiếc bánh tortilla bổ sung lên trên phần nhân.

g) Nấu trong khoảng 2 phút rồi lật và tiếp tục nấu thêm một phút nữa.

h) Lặp lại quá trình với bánh ngô còn lại và làm đầy.

i) Phục vụ ngay với salsa (nhẹ).

## 46. Hầm thịt viên bò-gà

Làm cho: 7

**THÀNH PHẦN:**
- 1 quả cà tím
- 10 ounce thịt gà xay
- 8 ounce thịt bò xay
- 1 muỗng cà phê tỏi băm
- 1 muỗng cà phê tiêu trắng xay
- 1 quả cà chua
- 1 quả trứng
- 1 muỗng canh bột dừa
- 8 ounce Parmesan, cắt nhỏ
- 2 muỗng canh bơ
- ⅓ cốc kem

**HƯỚNG DẪN:**
a) Kết hợp thịt gà xay và thịt bò xay trong một bát lớn.
b) Thêm tỏi băm nhỏ và tiêu trắng xay.

c) Trong bát đập trứng với hỗn hợp thịt xay và khuấy cẩn thận cho đến khi kết hợp tốt.

d) Sau đó thêm bột dừa và trộn đều.

e) Làm thịt viên nhỏ từ thịt xay.

f) Làm nóng nồi chiên không khí ở nhiệt độ 360 F.

g) Rắc bơ vào khay rổ nồi chiên không khí và đổ kem.

h) Gọt vỏ cà tím và băm nhỏ.

i) Đặt thịt viên lên kem và rắc cà tím xắt nhỏ lên trên.

j) Cắt cà chua và đặt nó trên cà tím.

k) Tạo một lớp phô mai vụn trên cà chua thái lát.

l) Đặt soong vào nồi chiên không dầu và nấu trong 21 phút.

m)   Để soong nguội đến nhiệt độ phòng trước khi phục vụ.

# 47. Khoai tây nướng chanh

Làm cho: 5

**THÀNH PHẦN:**
- 3 chén nước dùng gà
- ½ thìa cà phê tiêu đen xay
- 1 muỗng cà phê oregano
- 2 thìa cà phê muối
- 2 quả chanh, nên vắt lấy nước cốt
- ⅓ chén dầu ô liu
- 3 pound khoai tây, nên gọt vỏ và cắt thành miếng

**HƯỚNG DẪN:**

a) Làm nóng lò nướng của bạn ở nhiệt độ 400F

b) Lấy một cái bát lớn và đặt tất cả các lát khoai tây. Xịt nước cốt chanh và dầu ô liu lên các miếng nêm và trộn chúng lại với nhau để phủ lên. Sau đó, nêm khoai tây với hạt tiêu đen, oregano và muối và đảo lại một lần nữa để có một lớp áo khoác.

c) Lấy một cái chảo sâu 2 inch và trải các lát khoai tây bên trong thành một hàng. Tiếp theo là đổ nước luộc gà lên khoai tây.

d) Nướng khoai tây trong lò đã làm nóng trước cho đến khi khoai chuyển sang màu nâu vàng và mềm trong khoảng 1 giờ.

# 48. gà nướng kiểu Ý

Làm cho: 6

**THÀNH PHẦN:**
- ¼ chén phô mai parmesan
- ½ cốc d sữa chua Hy Lạp nguyên chất ít béo
- 4 muỗng canh pho mát kem
- 1 chén nước sốt cà chua ít carbohydrate
- ½ muỗng cà phê gia vị Ý
- ½ thìa cà phê bột tỏi
- 10 ounce thịt gà xé nhỏ

**HƯỚNG DẪN:**
a) Làm nóng lò nướng của bạn ở nhiệt độ 350F
b) Lấy một đĩa soong thủy tinh bôi mỡ và đặt thịt gà đã xé nhỏ.
c) Trộn tất cả các nguyên liệu còn lại trừ phô mai parmesan
d) Đổ hỗn hợp sốt cà chua bạn có lên gà
e) Sau đó rắc phô mai parmesan lên trên
f) Nướng trong 25-30 phút hoặc cho đến khi soong bắt đầu nổi bong bóng.

## 49. cua chiên

Làm cho: 8

**THÀNH PHẦN:**
- 1 chén bột ngô thô
- ½ chén bột mì
- ¾ chén Bột nở
- ¼ muỗng canh cayenne
- 2 hẹ, thái nhỏ
- 8 lạng thịt càng cua
- 4 ounce phô mai Gruyere, ướp lạnh
- 1 chén nước bột

**HƯỚNG DẪN:**

a) Đun nóng dầu 1 ½ inch trong lò nướng lớn của Hà Lan ở nhiệt độ trung bình lên đến 350 độ F (chiên ngập dầu).

b) Trong khi đó, trộn bột ngô, bột mì, bột nở, ớt cayenne, muối nở và ¾ thìa cà phê muối trong một cái bát.

c) Thêm hành tây và hành tây và trộn để kết hợp. Thêm thịt cua và phô mai và trộn bằng nĩa để kết hợp. Ở giữa giếng, thêm bơ và trứng và trộn để kết hợp.

d) Cho súp vào dầu nóng và cẩn thận không làm đổ chảo và chiên, thỉnh thoảng trở cho đến khi chín vàng, từ 3 đến 5 phút.

e) Chuyển sang một tờ khăn giấy - nêm muối, lặp lại với phần bột còn lại.

## 50. Tacos gà giòn và xanh

Làm cho: 4

**THÀNH PHẦN:**
- ½ chén nước dùng gà ít natri
- 2 ức gà, băm nhỏ
- 1 tép tỏi, băm nhỏ
- 3 quả cà chua mận, xắt nhỏ
- 1 muỗng cà phê bột thì là
- 1 muỗng cà phê bột quế
- 1 muỗng cà phê rau mùi
- ½ quả ớt đỏ, xắt nhỏ
- 1 muỗng canh nước cốt chanh
- Thịt từ 1 quả bơ chín
- 1 quả dưa chuột

**HƯỚNG DẪN:**

a) Đặt một muỗng canh nước dùng gà vào chảo và đun nóng trên ngọn lửa vừa. Xào thịt gà, tỏi và cà chua trong 4 phút hoặc cho đến khi cà chua héo.

b) Nêm thì là, quế và rau mùi. Giảm nhiệt xuống thấp và nấu thêm 5 phút nữa. Đặt sang một bên và để nguội.

c) Kết hợp hành tây, ớt, nước cốt chanh và bơ nghiền. Đây là salsa.

d) Múc salsa lên trên dưa chuột thái lát. Top với thịt gà nấu chín.

Làm cho: 9

**THÀNH PHẦN:**

- 3 muỗng canh bơ
- 10 ounce gà tây xay
- 7 ounce thịt gà xay
- 1 muỗng cà phê thì là khô
- ½ muỗng cà phê rau mùi
- 2 muỗng canh bột hạnh nhân
- 1 muỗng canh tỏi băm
- 3 ounce rau bina tươi
- 1 muỗng cà phê muối
- 1 quả trứng
- ½ muỗng canh ớt bột
- 1 muỗng cà phê dầu mè

**HƯỚNG DẪN:**

a) Cho gà tây xay và thịt gà xay vào tô lớn.

b) Rắc thịt với thì là khô, rau mùi xay, bột hạnh nhân, tỏi băm nhỏ, muối và ớt bột.

c) Sau đó cắt nhỏ rau bina tươi và thêm nó vào hỗn hợp thịt gia cầm đã xay.

d) Đập trứng vào hỗn hợp thịt và trộn đều cho đến khi bạn có được kết cấu mịn.

e) Bôi trơn khay giỏ nồi chiên không khí bằng dầu ô liu.

f) Làm nóng trước nồi chiên không khí đến 350 F.

g) Lăn hỗn hợp thịt xay nhẹ nhàng để tạo thành lớp phẳng.

h) Cho bơ vào giữa lớp thịt.

i) Tạo hình bánh mì thịt từ hỗn hợp thịt xay. Sử dụng đầu ngón tay của bạn cho bước này.

j) Đặt bánh mì thịt vào khay rổ của nồi chiên không khí.

k) Nấu trong 25 phút.

l) Khi bánh mì thịt được nấu chín, hãy để nó nghỉ ngơi trước khi phục vụ.

## 52. Gà Oregano chanh tỏi với măng tây

Làm cho: 4

**THÀNH PHẦN:**
- 1 quả chanh nhỏ, vắt lấy nước
- 1 ¾ pound đùi gà không da, có xương
- 2 muỗng canh oregano tươi, băm nhỏ
- 2 tép tỏi, băm nhỏ
- 2 lạng. của măng tây, tỉa
- ¼ muỗng cà phê mỗi loại hoặc ít hơn cho hạt tiêu đen và muối

**HƯỚNG DẪN:**

a) Làm nóng lò nướng ở nhiệt độ khoảng 350°F.

b) Cho thịt gà vào tô cỡ vừa. Bây giờ, thêm tỏi, lá oregano, nước cốt chanh, hạt tiêu và muối và trộn đều với nhau.

c) Nướng gà trong lò nồi chiên không dầu cho đến khi đạt nhiệt độ bên trong là 165°F trong khoảng 40 phút. Khi đùi gà đã được nấu chín, loại bỏ và để một bên để nghỉ ngơi.

d) Bây giờ, hấp măng tây trên bếp hoặc trong lò vi sóng đến độ mềm mong muốn.

e) Phục vụ măng tây với đùi gà nướng.

# 53. Poppers dừa gà

Làm cho: 6

**THÀNH PHẦN:**
- ½ chén bột dừa
- 1 muỗng cà phê ớt mảnh
- 1 muỗng cà phê tiêu đen xay
- 1 muỗng cà phê bột tỏi
- 11 ounce ức gà, không xương, không da
- 1 muỗng canh dầu ô liu

**HƯỚNG DẪN:**

a) Cắt ức gà thành những khối vuông vừa phải và cho vào một cái tô lớn.

b) Rắc ớt miếng, tiêu đen xay, bột tỏi lên các viên gà và dùng tay đảo đều.

c) Sau đó, rắc khối gà với bột hạnh nhân.

d) Lắc nhẹ bát với các khối thịt gà để phủ thịt.

e) Làm nóng nồi chiên không khí ở nhiệt độ 365 F.

f) Bôi trơn khay giỏ nồi chiên không khí bằng dầu ô liu.

g) Đặt các khối gà bên trong.

h) Nấu poppers gà trong 10 phút.

i) Lật miếng gà lại sau 5 phút nấu.

j) Để bánh poppers gà đã nấu chín nguội trước khi ăn.

# 54. gà húng chanh

Làm cho: 5

**THÀNH PHẦN:**
- 1 muỗng canh dầu ô liu siêu nguyên chất
- ½ củ hành vàng thái nhỏ khoảng 1 chén
- 4 tép tỏi băm nhỏ
- 1 ½ cân Anh. ức gà không da không xương
- 2 muỗng canh nước tương ít natri
- ¼ muỗng cà phê tiêu đen xay
- Cải bó xôi non (5 cốc)
- 1 muỗng canh vỏ chanh
- 2 thìa nước cốt chanh tươi ép
- 2 chén lá húng quế tươi
- muối và hạt tiêu Kosher
- Gạo lức chế biến sẵn

**HƯỚNG DẪN:**

a) Nấu dầu ô liu trong chảo lớn trên lửa vừa. Khi đun nóng, thêm hành tây và nấu trong khoảng 4 phút, khuấy thường xuyên, cho đến khi mềm. Nối tỏi và nấu thêm 30 giây cho đến khi có mùi thơm.

b) Cho thịt gà vào, tăng lửa vừa và nấu trong khoảng 3 phút, chín vàng các mặt. Khuấy nước tương và hạt tiêu đen.

c) Để nấu trong khoảng 3 phút cho đến khi gà chín hoàn toàn.

d) Khuấy một vài nắm vào rau bina, để sức nóng của chảo làm héo nó khi bạn di chuyển.

e) Khuấy vỏ chanh, húng quế và nước cốt chanh cho đến khi húng quế héo, khoảng 1 phút nữa.

f)  Phục vụ ấm, như mong muốn, với cơm.

## 55. Pizza Margherita vỏ gà

Làm cho: 2

**THÀNH PHẦN:**
- ¼ chén húng quế xắt nhỏ
- 2 quả cà chua mận, được thái lát
- ½ chén nước sốt cà chua không thêm đường (như Rao's Homemade)
- ½ muỗng cà phê gia vị Ý
- 2 muỗng canh phô mai parmesan bào
- 1 quả trứng
- ½ pound ức gà xay

**HƯỚNG DẪN:**
a) Làm nóng lò ở 400F.

b) Kết hợp ức gà xay, trứng, phô mai parmesan và gia vị Ý trong một bát cỡ vừa. Sau đó, tạo hỗn hợp thịt gà thành hình dạng tương tự như lớp vỏ mỏng và hình tròn trong khay nướng có lót giấy da nhưng đã phết mỡ nhẹ. Nướng khoảng 20 phút khi nó trở nên vàng.

c) Rắc cà chua lát, phô mai và nước sốt lên trên và nướng cho đến khi phô mai tan chảy trong khoảng 7-10 phút.

d) Sau đó rắc húng quế tươi lên trên trước khi ăn.

## 56. Gà lắc chiên giòn

Làm cho: 4

**THÀNH PHẦN:**
- ½ chén nước dùng gà, ít natri
- 12 ounce ức gà không da, cắt thành dải
- 1 chén ớt chuông đỏ, bỏ hạt và thái nhỏ
- 8 ounces (1 chén) bông cải xanh, cắt thành những bông hoa nhỏ
- 1 muỗng cà phê ớt đỏ nghiền

**HƯỚNG DẪN:**

a) Cho một lượng nhỏ nước luộc gà vào nồi. Đun lửa vừa và cho thịt gà vào đảo đều.

b) Nước xào gà trong ít nhất 5 phút trong khi khuấy liên tục.

c) Đặt phần còn lại của các thành phần và khuấy.

d) Đậy nắp và nấu thêm 5 phút nữa.

## 57. Gà Đảo Hy Lạp Shish Kebabs

Làm cho: 6

**THÀNH PHẦN:**
- 12 chỗ trống nấm tươi
- 12 quả cà chua bi
- 2 ớt chuông đỏ hoặc xanh lớn, thái lát
- 2 pound ức gà không da, không xương
- ¼ muỗng cà phê tiêu đen xay
- ¼ muỗng cà phê muối
- ½ thìa húng tây khô
- 1 muỗng cà phê oregano khô
- 1 muỗng cà phê thì là
- 2 tép tỏi, được băm nhỏ
- ¼ chén giấm trắng
- ¼ cốc nước cốt chanh
- ¼ chén dầu ô liu

**HƯỚNG DẪN:**

a) Đánh đều hạt tiêu đen, muối, húng tây, oregano, thì là, tỏi, giấm, nước cốt chanh và dầu ô liu với nhau trong một bát sứ hoặc thủy tinh lớn. Thêm thịt gà và quăng để có được một lớp phủ kỹ lưỡng.

b) Lấy màng bọc thực phẩm bọc kín miệng bát rồi cho vào tủ lạnh ướp ít nhất 2 tiếng.

c) Cho xiên gỗ vào nước và ngâm khoảng 30 phút trước khi sử dụng.

d) Lấy một vỉ nướng ngoài trời, bôi dầu nhẹ lên vỉ và làm nóng trước ở nhiệt độ trung bình cao.

e) Lấy gà ra khỏi nước xốt và loại bỏ chất lỏng dư thừa khỏi nó. Sau đó, đổ bỏ nước xốt còn lại. Tiếp theo là xiên thịt gà đã ướp cùng nấm, cà chua bi, hành tây, ớt chuông lên xiên.

f) Sau đó đặt các xiên lên vỉ nướng đã được làm nóng trước và nướng, trở thường xuyên nhất có thể cho đến khi xiên có màu nâu đều các mặt, đợi khoảng 10 phút khi thịt gà không còn màu hồng ở giữa.

## 58. gà Kabobs Mexico

Làm cho: 4

**THÀNH PHẦN:**
- 10 quả cà chua bi
- 1 quả ớt chuông đỏ, nên cắt thành miếng 1 inch
- 1 quả bí xanh nhỏ, nên cắt thành lát ½ - inch
- 2 nửa ức đã bỏ xương và da
- Hạt tiêu đen và muối để nếm
- 1 quả chanh, nên vắt lấy nước
- 2 muỗng canh rau mùi tươi xắt nhỏ
- 1 muỗng cà phê thì là
- 2 muỗng canh dầu ô liu

**HƯỚNG DẪN:**
a) Lấy một cái đĩa nông và trộn nước cốt chanh, rau mùi xắt nhỏ, thì là và dầu ô liu bên trong. Sau đó nêm với hạt tiêu và muối. Thêm thịt gà và đảm bảo trộn đều. Đậy nắp trong ít nhất 1 giờ.
b) Để lò nướng của bạn làm nóng trước ở nhiệt độ cao.

c) Xiên cà chua, ớt chuông đỏ, hành tây, bí xanh và thịt gà vào xiên.

d) Dùng dầu phết lên vỉ nướng và xếp các xiên thịt lên vỉ nướng nóng. Để nó nấu trong khoảng 10 phút cho đến khi gà chín kỹ. Bạn nên lật cách quãng để các mặt chín đều.

## 59. Gà với rau và Quinoa

Làm cho: 4

**THÀNH PHẦN:**
- 1 muỗng canh nước cốt chanh
- 8 lá húng quế tươi
- 4 ounce phô mai feta vụn
- 1 quả cà chua, nên thái hạt lựu
- 1 bí xanh, nên thái hạt lựu
- 2 muỗng canh dầu ô liu siêu nguyên chất
- 2 nửa ức đã bỏ xương và da, cắt thành từng miếng
- 2 tép tỏi
- 2 muỗng canh dầu ô liu siêu nguyên chất
- 2 chén nước luộc gà
- 1 chén quinoa rửa sạch

**HƯỚNG DẪN:**

a) Lấy một cái chảo và thêm nước dùng gà và quinoa rồi đun sôi, hạ lửa xuống mức nhỏ lửa và đậy nắp lại trên chảo. Đun nhỏ lửa cho đến khi nhìn thấy đường trắng trong hạt, hạt quinoa trở nên bông xốp và nước dùng ngấm trong khoảng 12 phút.

b) Lấy một cái chảo và đổ vào 2 muỗng canh dầu ô liu, làm nóng nó, nấu và khuấy các nhánh hành và tỏi trong 5 phút.

c) Thêm các dải ức gà trong khi khuấy và để nấu trong khoảng 5 phút; từ thời điểm này, gà vẫn còn hơi hồng ở giữa. Tại thời điểm này, loại bỏ thịt gà và đặt nó sang một bên.

d) Đổ thêm 2 muỗng canh dầu ô liu vào chảo và nấu và khuấy cà chua và bí ngòi cho đến khi bí ngòi mềm trong khoảng 5-8 phút. Cho gà trở lại chảo và rắc nước cốt chanh, lá húng quế và phô mai feta. Nấu trong 10 phút.

e) Ăn với quinoa nóng.

## 60. Bánh mì kẹp thịt gà mùa hè

Làm cho: 7

**THÀNH PHẦN:**
- 4 lát phô mai provolone
- 4 muỗng canh sốt mayonaise
- 4 cuộn (khoảng trống) bánh hamburger
- Hạt tiêu và muối để hương vị
- 4 nửa ức gà đã loại bỏ xương và da, nửa ức gà không xương, không da
- 1 củ hành Vidalia lớn, được cắt thành vòng
- 1 muỗng canh bơ
- 1 thìa nước cốt chanh
- 1 quả bơ chín, nên thái lát

**HƯỚNG DẪN:**
a) Lấy một bát nhỏ và kết hợp nước cốt chanh và bơ thái lát. Thêm nước cho đến khi nó phủ kín chúng và đặt chúng sang một bên. Lấy

một cái vỉ nướng ngoài trời, bôi một lớp dầu nhẹ lên vỉ và làm nóng trước với nhiệt độ cao.

b) Cho bơ vào chảo lớn, nặng và đặt ở nhiệt độ trung bình cao. Xào hành tây cho đến khi chúng chuyển sang màu nâu và có màu caramel, sau đó để sang một bên.

c) Nêm gà với hạt tiêu và muối. Đặt nó lên vỉ nướng và nướng cho đến khi nước trong khô lại và không còn màu hồng nữa, nướng khoảng 5 phút cho mỗi mặt. Đặt bánh trên vỉ nướng cho đến khi chúng được nướng.

d) Tiếp theo là phết sốt mayonnaise lên bánh để tạo hương vị, sau đó xếp lớp với bơ, provolone, hành tây caramen và thịt gà.

---

# HẢI SẢN

---

Làm cho: 2

**THÀNH PHẦN:**
- 1 pound tôm
- ¼ muỗng cà phê muối nở
- 2 muỗng canh dầu
- 2 muỗng cà phê tỏi băm
- ¼ chén rượu vermouth
- 2 muỗng canh bơ không ướp muối
- 1 muỗng cà phê mùi tây

**HƯỚNG DẪN:**
a) Trong một cái bát, trộn tôm với muối nở và muối, để yên trong vài phút
b) Trong chảo nóng dầu ô liu và thêm tôm
c) Thêm tỏi, ớt đỏ và nấu trong 1-2 phút
d) Thêm vermouth và nấu thêm 4-5 phút nữa
e) Khi đã sẵn sàng, loại bỏ nhiệt và phục vụ

# 62. *cá chiên giòn*

Làm cho: 4

**THÀNH PHẦN:**
- Phi lê cá dày
- ¼ chén bột mì đa dụng
- 1 quả trứng
- 1 chén vụn bánh mì
- 2 muỗng canh rau
- Chanh nêm

**HƯỚNG DẪN:**

a) Trong một món ăn thêm bột mì, trứng, vụn bánh mì trong các món ăn khác nhau và đặt sang một bên

b) Nhúng từng miếng phi lê cá vào bát bột mì, trứng rồi đến vụn bánh mì

c) Đặt từng miếng phi lê cá vào chảo nóng và nấu trong 4-5 phút mỗi mặt

d) Khi đã sẵn sàng, lấy ra khỏi chảo và dùng với chanh

### 63. Moules Marinieres

Làm cho: 4

**THÀNH PHẦN:**
- 2 muỗng canh bơ không ướp muối
- 1 tỏi tây
- 1 củ hẹ
- 2 tép tỏi
- 2 lá nguyệt quế
- 1 chén rượu trắng
- 2 cân hến
- 2 muỗng canh sốt mayonaise
- 1 muỗng canh vỏ chanh
- 2 muỗng canh mùi tây
- 1 bánh mì bột chua

**HƯỚNG DẪN:**

a) Đun chảy bơ trong chảo, thêm tỏi tây, tỏi, lá nguyệt quế, hẹ và nấu cho đến khi rau mềm
b) Đun sôi, thêm hến và nấu trong 1-2 phút
c) Chuyển hến vào một cái bát và đậy nắp
d) Đánh bơ còn lại với sốt mayonnaise và cho vẹm vào nồi
e) Thêm nước cốt chanh, vỏ chanh mùi tây và khuấy đều để kết hợp

Làm cho: 4

**THÀNH PHẦN:**
- 6 nhánh rau mùi
- 2 tép tỏi
- 2 củ hẹ
- ¼ muỗng cà phê hạt rau mùi
- ¼ muỗng cà phê ớt đỏ
- 1 muỗng cà phê vỏ
- 1 lon nước cốt dừa
- 1 muỗng canh dầu thực vật
- 1 muỗng canh bột cà ri
- 1 muỗng canh đường nâu
- 1 muỗng canh nước mắm
- 2 cân hến

**HƯỚNG DẪN:**
a) Trong một cái bát, kết hợp vỏ chanh, cọng ngò, hẹ, tỏi, hạt ngò, ớt và muối

b) Trong chảo dầu nóng, thêm tỏi, hẹ, bột nhão và bột cà ri

c) Nấu khoảng 3-4 phút thì cho nước cốt dừa, đường, nước mắm vào

d) Đun nhỏ lửa và thêm hến

e) Khuấy nước cốt chanh, lá ngò và nấu thêm vài phút nữa

f) Khi đã sẵn sàng, loại bỏ nhiệt và phục vụ.

# 65. Mì hầm cá ngừ

Làm cho: 4

**THÀNH PHẦN:**
- 2 ounce mì trứng
- 4 ounce nước ngọt
- 1 quả trứng
- 1 muỗng cà phê bột bắp
- 1 muỗng canh nước ép từ 1 quả chanh
- 1 hộp cá ngừ
- ¼ chén mùi tây

**HƯỚNG DẪN:**
a) Đặt mì vào nồi với nước và đun sôi

b) Trong một bát kết hợp trứng, crème fraiche và nước cốt chanh, đánh đều

c) Khi mì chín, cho hỗn hợp crème fraiche vào chảo và trộn đều

d) Thêm cá ngừ, nước chanh mùi tây và trộn đều

e) Khi đã sẵn sàng, loại bỏ nhiệt và phục vụ.

# 66. Burger cá hồi

Làm cho: 4

**THÀNH PHẦN:**
- 1 pound phi lê cá hồi
- ¼ lá thì là
- 1 thìa mật ong
- 1 muỗng canh cải ngựa
- 1 muỗng canh mù tạt
- 1 muỗng canh dầu ô liu
- 2 bánh tráng nướng
- 1 quả bơ

**HƯỚNG DẪN:**

a) Cho phi lê cá hồi vào máy xay sinh tố và xay cho đến khi mịn, chuyển sang tô, thêm thì là, mật ong, cải ngựa và trộn đều

b) Thêm muối và hạt tiêu và tạo thành 4 miếng chả

c) Trong một bát kết hợp mù tạt, mật ong, sốt mayonnaise và thì là

d) Trong chảo dầu nóng, cho chả cá hồi vào và chiên mỗi mặt 2-3 phút.

e) Khi đã sẵn sàng, loại bỏ nhiệt

f) Chia rau diếp và hành tây giữa các bánh

g) Đặt chả cá hồi lên trên và múc hỗn hợp mù tạt và lát bơ

# 67. sò điệp đã làm cháy

Làm cho: 4

## THÀNH PHẦN:
- 1 pound sò biển
- 1 muỗng canh dầu hạt cải

## HƯỚNG DẪN:
a) Nêm sò điệp và để tủ lạnh trong vài phút
b) Trong dầu nóng chảo, thêm sò điệp và nấu trong 1-2 phút mỗi bên
c) Khi đã sẵn sàng, loại bỏ nhiệt và phục vụ

Làm cho: 4

**THÀNH PHẦN:**
- ¼ chén tương miso
- ¼ cốc rượu sake
- 1 muỗng canh mirin
- 1 muỗng cà phê nước tương
- 1 muỗng canh dầu ô liu
- 4 miếng cá tuyết đen

**HƯỚNG DẪN:**
a) Trong một bát trộn miso, nước tương, dầu và rượu sake
b) Chà hỗn hợp lên phi lê cá tuyết và để ướp trong 20-30 phút
c) Điều chỉnh philê cá tuyết nướng và nướng thịt trong 10-12 phút
d) Khi cá chín vớt ra dùng

Làm cho: 4

## THÀNH PHẦN:

- ¼ chén miso đỏ
- ¼ cốc rượu sake
- 1 muỗng canh nước tương
- 1 muỗng canh dầu thực vật
- 4 miếng phi lê cá hồi

## HƯỚNG DẪN:

a) Trong một bát kết hợp rượu sake, dầu, nước tương và miso

b) Xoa hỗn hợp lên phi lê cá hồi và ướp trong 20-30 phút

c) Làm nóng trước gà thịt

d) Nướng cá hồi trong 5-10 phút

e) Khi đã sẵn sàng loại bỏ và phục vụ

# 70. Xà lách arugula và khoai lang

Làm cho: 4

## THÀNH PHẦN:
- 1 pound khoai lang
- 1 chén quả óc chó
- 1 muỗng canh dầu ô liu
- 1 ly nước
- 1 muỗng canh nước tương
- 3 chén rau xà lách

## HƯỚNG DẪN:
a) Nướng khoai tây ở 400 F cho đến khi mềm, lấy ra và để riêng

b) Cho quả óc chó vào bát với dầu ô liu và cho vào lò vi sóng trong 2-3 phút hoặc cho đến khi nướng

c) Trong một bát kết hợp tất cả các thành phần salad và trộn đều

d) Đổ nước tương và phục vụ

# RAU QUẢ

## 71. Món Ý với sốt húng quế

Làm cho: 4

**THÀNH PHẦN:**
- 2 zucchinis trung bình, xoắn ốc
- 2 chén lá húng quế
- Nước ép từ 1 quả chanh, mới vắt
- 3 tép tỏi, băm nhỏ
- ½ chén hạt điều, ngâm nước qua đêm rồi để ráo nước

**HƯỚNG DẪN:**
a) Đặt các dải zucchini lên đĩa.
b) Cho các nguyên liệu còn lại vào máy xay thực phẩm và xay cho đến khi mịn.
c) Đổ nước sốt lên zucchini và phục vụ.

## 72. Bông cải xanh và cà chua

làm cho: 3

**THÀNH PHẦN:**
- 1 đầu bông cải xanh, cắt thành những bông hoa sau đó chần
- ¼ chén cà chua, thái hạt lựu
- Muối và hạt tiêu cho vừa ăn
- Rau mùi tây xắt nhỏ để trang trí

**HƯỚNG DẪN:**
a) Đặt tất cả các thành phần trong một cái bát.
b) Quăng để phủ tất cả các thành phần.
c) Phục vụ.

## 73. Bát Phật gà xanh

Làm cho: 6

**THÀNH PHẦN:**
- 2 pound ức gà không xương và không da
- 2 muỗng canh nước cốt chanh, mới vắt
- Muối và hạt tiêu cho vừa ăn
- Cải Brussels 1 pound, cắt tỉa và giảm một nửa
- 3 tép tỏi, băm nhỏ
- ¾ cốc sữa chua Hy Lạp nguyên chất
- 1 muỗng cà phê mù tạt đá
- ¼ chén giấm balsamic
- 2 chén quinoa nấu chín
- 1 chén táo đỏ xắt nhỏ, bỏ lõi và xắt nhỏ
- ¼ chén pepita
- 1 quả bơ, thái lát
- 1 ½ chén rau arugula
- 1 muỗng canh húng quế tươi

**HƯỚNG DẪN:**

a) Cho thịt gà và nước cốt chanh vào tô. Nêm muối và hạt tiêu cho vừa ăn. Để ướp trong tủ lạnh ít nhất 30 phút.

b) Bật vỉ nướng lên 375F và nấu gà trong 6 phút cho mỗi bên. Thêm cải Brussels và nấu trong 3 phút cho mỗi bên. Đặt thịt gà và cải Brussels sang một bên.

c) Trong một cái bát, trộn tỏi, sữa chua, mù tạt và giấm. Nêm muối cho vừa ăn. Để qua một bên.

d) Trong một cái bát, đặt quinoa và phủ táo, pepitas, bơ và rau arugula lên trên. Lên trên với gà nướng và cải Brussels.

e) Rưới nước sốt và trang trí với húng quế.

# 74. Zucchini Fettuccine với Taco Mexico

Làm cho: 6

**THÀNH PHẦN:**
- 1 muỗng canh dầu ô liu
- 1 pound thịt gà tây nạc
- 1 tép tỏi, băm nhỏ
- 1 thìa ớt bột
- ¼ muỗng cà phê bột tỏi
- ¼ muỗng cà phê bột hành
- ¼ muỗng cà phê oregano khô
- 1 ½ muỗng cà phê thì là xay
- ¼ cốc nước
- ¼ chén cà chua thái hạt lựu
- 2 zucchinis lớn, xoắn ốc
- ½ chén phô mai cheddar bào nhỏ

**HƯỚNG DẪN:**
a) Cho dầu vào nồi và đun nóng trên ngọn lửa vừa.

b) Xào gà tây trong 2 phút trước khi thêm tỏi và hành tây. Khuấy thêm một phút nữa.

c) Nêm bột ớt, bột tỏi, bột hành, lá oregano và thìa là. Xào thêm một phút nữa

d) trước khi thêm nước và cà chua.

e) Đậy nắp lại và đun nhỏ lửa trong 7 phút.

f)  Thêm bí ngòi và pho mát vào và nấu thêm 3 phút nữa.

## 75. Đậu xanh

Làm cho: 4

**THÀNH PHẦN:**
- 11 ounce đậu xanh
- 1 muỗng canh bột hành
- 1 muỗng canh dầu ô liu
- ½ muỗng cà phê muối
- ¼ muỗng cà phê hạt tiêu đỏ

**HƯỚNG DẪN:**

a) Đậu xanh vo thật sạch rồi cho vào bát.

b) Rắc đậu xanh với bột sư tử, muối, ớt và dầu ô liu.

c) Lắc kỹ hạt đậu xanh.

d) Làm nóng trước tủ lạnh không khí 400F.

e) Cho đậu xanh vào nồi chiên ngập dầu và nấu trong 8 phút.

f) Tiếp theo, lắc đậu xanh và nấu chúng trong 4 phút hoặc hơn ở 400 F.

Làm cho: 6

**THÀNH PHẦN:**
- 7 ounce nấm cremini
- 2 muỗng canh nước cốt dừa
- 1 muỗng canh bơ
- 1 muỗng cà phê ớt mảnh
- ½ muỗng cà phê giấm balsamic
- ½ muỗng cà phê bột cà ri
- ½ muỗng cà phê tiêu trắng

**HƯỚNG DẪN:**
a) Rửa nấm cẩn thận.
b) Sau đó rắc nấm với ớt mảnh, bột cà ri và tiêu trắng.
c) Làm nóng nồi chiên không khí đến 400 F.
d) Quăng bơ vào giỏ nồi chiên không khí và làm tan chảy nó.

e) Cho nấm vào nồi chiên không khí và nấu trong 2 phút.

f)  Lắc đều nấm và rưới nước cốt dừa và giấm balsamic.

g) Nấu nấm thêm 4 phút ở 400 F.

h) Sau đó xiên nấm vào que gỗ và phục vụ.

## 77. <u>Nấm Tortoreto với Cheddar</u>

Làm cho: 2

**THÀNH PHẦN:**

- 2 mũ nấm Portobello
- 2 lát phô mai Cheddar
- ¼ chén vụn bánh mì panko
- ½ muỗng cà phê muối
- ½ muỗng cà phê tiêu đen xay
- 1 quả trứng
- 1 muỗng cà phê bột yến mạch
- 2 ounces thịt xông khói, xắt nhỏ nấu chín

**HƯỚNG DẪN:**

a) Đập trứng vào bát và đánh tan.

b) Kết hợp hạt tiêu đen xay, bột yến mạch, muối và vụn bánh mì trong một bát riêng.

c) Nhúng mũ nấm vào trứng đã đánh bông.

d) Sau đó, phủ mũ nấm trong hỗn hợp vụn bánh mì.

e) Làm nóng nồi chiên không khí đến 400 F.

f)  Đặt nấm vào khay rổ của nồi chiên không khí và nấu trong 3 phút.

g) Sau đó, đặt thịt xông khói xắt nhỏ và pho mát thái lát lên trên mũ nấm và nấu bữa ăn trong 3 phút.

h) Khi bữa ăn được nấu chín - hãy để nó nguội nhẹ.

# 78. Hamburger đậu lăng với cà rốt

Làm cho: 4

## THÀNH PHẦN:

- 6 ounces đậu lăng, nấu chín
- 1 quả trứng
- 2 ounces cà rốt, nạo
- 1 muỗng cà phê bột báng
- ½ muỗng cà phê muối
- 1 muỗng cà phê nghệ
- 1 muỗng canh bơ

## HƯỚNG DẪN:

a) Đập trứng vào bát và đánh tan.

b) Thêm đậu lăng đã nấu chín và nghiền hỗn hợp bằng nĩa.

c) Sau đó rắc hỗn hợp với cà rốt nạo, bột báng, muối và bột nghệ.

d) Trộn nó lên và làm bánh mì kẹp thịt vừa.

e) Cho bơ vào bánh mì kẹp thịt đậu lăng. Nó sẽ làm cho chúng ngon ngọt.

f)  Làm nóng nồi chiên không khí ở nhiệt độ 360 F.

g) Đặt bánh mì kẹp thịt đậu lăng vào nồi chiên không khí và nấu trong 12 phút.

h) Lật bánh mì kẹp thịt sang một mặt khác sau 6 phút nấu.

i)  Sau đó làm lạnh bánh mì kẹp thịt đậu lăng đã nấu chín và phục vụ chúng.

# 79. Khoai Lang Xào Parmesan

Làm cho: 2

## THÀNH PHẦN:
- 2 củ khoai lang, gọt vỏ
- ½ củ hành vàng, thái lát
- ½ cốc kem
- ¼ chén rau bina
- 2 ounce phô mai Parmesan, cắt nhỏ
- ½ muỗng cà phê muối
- 1 quả cà chua
- 1 muỗng cà phê dầu ô liu

## HƯỚNG DẪN:
a) Cắt nhỏ khoai lang.

b) Cắt cà chua.

c) Cắt nhỏ rau bina.

d) Xịt khay nồi chiên không dầu bằng dầu ô liu.

e) Sau đó đặt lên trên lớp khoai lang xắt nhỏ.

f)  Thêm lớp hành tây thái lát.

g) Sau đó, rắc hành tây thái lát với rau bina và cà chua xắt nhỏ.

h) Rắc soong với muối và phô mai vụn.

i)  Đổ kem.

j)  Làm nóng nồi chiên không khí ở nhiệt độ 390 F.

k) Đậy khay nồi chiên không khí bằng giấy bạc.

l)  Nấu hầm trong 35 phút.

## 80. Bó hoa súp lơ mùi hương thảo

Làm cho: 4

**THÀNH PHẦN:**
- ⅓ chén bột hạnh nhân
- 4 chén súp lơ trắng
- ⅓ chén phô mai mozzarella hoặc cheddar ít béo, cắt nhỏ
- 2 quả trứng
- 2 muỗng canh hương thảo tươi, thái nhỏ
- ½ muỗng cà phê muối

**HƯỚNG DẪN:**
a) Làm nóng lò nướng của bạn ở nhiệt độ 400°F
b) Kết hợp tất cả các thành phần trong một bát vừa
c) Múc hỗn hợp súp lơ thành 12 cuộn / bánh quy có kích thước bằng nhau trên khay nướng đã phết mỡ nhẹ và có lót giấy bạc.
d) Nướng cho đến khi nó chuyển sang màu nâu vàng, sẽ đạt được trong khoảng 30 phút.

# SÚP VÀ Hầm

# 81. Rang Tomato Soup

Làm cho: 6

## THÀNH PHẦN:
- 3 pound cà chua theo cách giảm một nửa
- 6 củ tỏi (đập dập)
- 4 muỗng cà phê dầu ăn hoặc dầu nguyên chất
- muối để hương vị
- ¼ chén kem nặng (tùy chọn)
- Lá húng quế tươi thái nhỏ để trang trí

## HƯỚNG DẪN:
a) Lò nướng ở nhiệt độ trung bình khoảng 427 độ F, làm nóng lò trước.

b) Trong bát trộn của bạn, trộn nửa quả cà chua, tỏi, dầu ô liu, muối và hạt tiêu

c) Trải hỗn hợp cà chua lên khay nướng đã chuẩn bị sẵn

d) Trong quá trình 20-28 phút, rang và khuấy

e) Sau đó lấy nó ra khỏi lò và bây giờ rau củ đã rang sẽ được chuyển sang nồi súp

f)  Khuấy trong lá húng quế

g) Trộn từng phần nhỏ trong máy xay sinh tố

h) Phục vụ ngay lập tức

Làm cho: 4

**THÀNH PHẦN:**
- 14,5 ounce có thể xúc xắc cà chua
- 1 pound thịt bò xay 90% nạc
- ¾ chén cần tây xắt nhỏ
- 2 muỗng cà phê nước sốt Worrouershire
- 3 chén nước dùng gà ít natri
- ¼ muỗng cà phê muối
- 1 muỗng cà phê mùi tây khô
- 7 chén rau bina non
- ¼ muỗng cà phê tiêu xay
- 4 ounce phô mai cheddar cắt nhỏ ít chất béo

**HƯỚNG DẪN:**

a) Lấy một nồi súp lớn và nấu thịt bò cho đến khi nó chuyển sang màu nâu.

b) Thêm cần tây và xào cho đến khi mềm.

c) Lấy ra khỏi nhiệt và xả chất lỏng dư thừa. Khuấy nước dùng, cà chua, rau mùi tây, sốt Worrouershire, hạt tiêu và muối.

d) Đậy nắp lại và đun trên lửa nhỏ trong khoảng 20 phút.

e) Thêm rau bina và nấu cho đến khi héo trong khoảng 1-3 phút.

f) Lên trên mỗi phần ăn của bạn với 1 ounce pho mát.

## 83. ớt đậu lăng nhanh

Làm cho: 10

## THÀNH PHẦN:
- 1½ chén hạt tiêu hoặc hạt tiêu thái hạt lựu
- 5 chén nước luộc rau (nên có hàm lượng natri thấp)
- 1 muỗng canh tỏi
- ¼ muỗng cà phê tiêu mới xay
- 1 chén đậu lăng đỏ
- 3 thìa đầy ớt bột
- 1 muỗng canh thì là

## HƯỚNG DẪN:
a) Đặt nồi của bạn trên lửa vừa

b) Kết hợp hành tây, ớt đỏ, nước luộc rau ít natri, tỏi, muối và tiêu

c) Luôn nấu và khuấy cho đến khi hành tây trong hơn và tất cả chất lỏng bay hơi. Việc này sẽ mất khoảng 10 phút.

d) Thêm phần nước dùng còn lại, nước cốt chanh, bột ớt, đậu lăng, thìa là và đun sôi.

e) Giảm nhiệt tại thời điểm này, đậy nắp trong khoảng 15 phút để đun nhỏ lửa cho đến khi đậu lăng được nấu chín.

f)  Rưới ít nước nếu hỗn hợp có vẻ đặc.

g) Ớt sẽ chín hoàn toàn khi phần lớn nước được hấp thụ.

h) Phục vụ và thưởng thức.

# 84. gà tỏi chanh

Làm cho: 4

**THÀNH PHẦN:**
- 1 quả chanh nhỏ, vắt lấy nước
- 1 ¾ pound đùi gà không da, có xương
- 2 muỗng canh oregano tươi, băm nhỏ
- 2 tép tỏi, băm nhỏ
- 2 lạng. của măng tây, tỉa
- ¼ muỗng cà phê mỗi loại hoặc ít hơn cho hạt tiêu đen và muối

**HƯỚNG DẪN:**

a) Làm nóng lò nướng ở nhiệt độ khoảng 350F. Cho thịt gà vào tô cỡ vừa.

b) Bây giờ, thêm tỏi, lá oregano, nước cốt chanh, hạt tiêu và muối và trộn đều với nhau.

c) Nướng trong 40 phút.

d) Khi đùi gà đã được nấu chín, loại bỏ và để một bên để nghỉ ngơi.

e) Bây giờ, hấp măng tây trên bếp hoặc trong lò vi sóng đến độ mềm mong muốn.

f)  Phục vụ măng tây với đùi gà nướng.

Phục vụ măng tây với đùi gà nướng.

## 85. Kem Súp lơ Súp

Làm cho: 6

**THÀNH PHẦN:**
- 5 chén cơm súp lơ
- 8 ounces phô mai cheddar, nạo
- 2 cốc sữa hạnh nhân không đường
- 2 chén nước dùng rau
- 2 muỗng canh nước
- 2 tép tỏi, băm nhỏ
- 1 muỗng canh dầu ô liu

**HƯỚNG DẪN:**
a) Nấu dầu ô liu trong một cái nồi lớn trên lửa vừa.

b) Thêm tỏi và nấu trong 1-2 phút. Thêm cơm súp lơ và nước.

c) Đậy nắp và nấu trong 5-7 phút.

d) Bây giờ thêm rau và sữa hạnh nhân và khuấy đều.

e) Đun sôi.

f)  Vặn nhiệt xuống thấp và đun nhỏ lửa trong 5 phút.

g) Tắt lửa.
h) Từ từ thêm phô mai cheddar và khuấy cho đến khi mịn.
i)  Nêm súp với hạt tiêu và muối.
j)  Khuấy đều và dùng nóng.

# 86. Súp taco gà Cr o ckpot

Làm cho: 6

## THÀNH PHẦN:

- 2 ức gà rút xương đông lạnh
- 2 hộp đậu trắng hoặc đậu đen
- 1 hộp cà chua thái hạt lựu
- ½ gói gia vị taco
- ½ muỗng cà phê muối tỏi
- 1 chén nước luộc gà
- Muối và hạt tiêu cho vừa ăn
- Tortilla chip, kem chua phô mai và rau mùi như toppings

## HƯỚNG DẪN:

a) Đặt gà đông lạnh của bạn vào nồi sành và đặt các thành phần khác vào bể.

b) Để nấu trong khoảng 6-8 giờ.

c) Sau khi nấu chín, lấy thịt gà ra và xé nhỏ theo kích cỡ bạn muốn.

d) Cuối cùng, đặt thịt gà xé vào crockpot và đặt nó trên nồi nấu chậm. Khuấy và cho phép nấu ăn.

e) Bạn có thể cho thêm củ đậu và cà chua cũng giúp miếng thịt căng và ngon hơn.

e) Bạn có thể cho thêm củ đậu và cà chua cũng giúp miếng thịt căng và ngon hơn.

# 87. Đậu Hũ Xào Măng Tây

Làm cho: 4

## THÀNH PHẦN:
- 1 pound măng tây, cắt bỏ thân
- 2 muỗng canh dầu ô liu
- 2 khối đậu phụ, ép và cắt khối
- 2 tép tỏi, băm nhỏ
- 1 muỗng cà phê hỗn hợp gia vị Cajun
- 1 muỗng cà phê mù tạt
- 1 quả ớt chuông, xắt nhỏ
- ¼ chén nước luộc rau
- Muối và hạt tiêu đen, để hương vị

## HƯỚNG DẪN:
a) Dùng một cái chảo lớn với nước muối nhạt, cho măng tây vào và nấu cho đến khi mềm trong 10 phút; làm khô hạn.

b) Đặt chảo ở nhiệt độ cao và làm ấm dầu ô liu; khuấy khối đậu phụ và nấu trong 6 phút.

c) Cho tỏi vào và nấu trong 30 giây cho đến khi mềm.
d) Cho các nguyên liệu còn lại vào khuấy đều, kể cả măng tây để riêng và nấu thêm 4 phút.
e) Chia giữa các đĩa và phục vụ.

Làm cho: 6

**THÀNH PHẦN:**
- 2 muỗng canh ghee
- ½ chén hạt điều thô, thái hạt lựu
- 2 (28 ounce) lon cà chua
- 1 muỗng cà phê lá húng tây tươi + thêm để trang trí
- 1 ½ cốc nước
- Muối và hạt tiêu đen để nếm

**HƯỚNG DẪN:**
a) Nấu ghee trong nồi trên lửa vừa và xào hành tây trong 4 phút cho đến khi mềm.

b) Khuấy cà chua, cỏ xạ hương, nước, hạt điều và nêm muối và tiêu đen.

c) Đậy nắp và đun nhỏ lửa trong 10 phút cho đến khi chín kỹ.

d) Mở ra, tắt lửa và xay nhuyễn các nguyên liệu bằng máy xay sinh tố.

e) Điều chỉnh theo khẩu vị và khuấy trong kem nặng.

f)  Thìa vào bát súp và phục vụ.

# 89. Nấm và Jalapeño hầm

Làm cho: 4

**THÀNH PHẦN:**
- 2 muỗng cà phê dầu ô liu
- 1 chén tỏi tây, xắt nhỏ
- 1 tép tỏi, băm nhỏ
- ½ chén cần tây, xắt nhỏ
- ½ chén cà rốt, xắt nhỏ
- 1 quả ớt chuông xanh, xắt nhỏ
- 1 hạt tiêu jalapeño, xắt nhỏ
- 2 ½ chén nấm, thái lát
- 1 ½ chén nước dùng rau củ
- 2 quả cà chua, xắt nhỏ
- 2 nhánh húng tây, xắt nhỏ
- 1 nhánh hương thảo, xắt nhỏ
- 2 lá nguyệt quế
- ½ muỗng cà phê muối

- ¼ muỗng cà phê tiêu đen xay
- 2 muỗng canh giấm

**HƯỚNG DẪN:**

a) Đặt một cái nồi trên lửa vừa và làm ấm dầu.

b) Thêm tỏi và tỏi tây và xào cho đến khi mềm và mờ.

c) Thêm hạt tiêu đen, cần tây, nấm và cà rốt.

d) Nấu khi bạn khuấy trong 12 phút; khuấy trong một giọt rau củ để đảm bảo không có dính.

e) Khuấy trong phần còn lại của các thành phần.

f) Đặt nhiệt ở mức trung bình; để lửa nhỏ trong 25 đến 35 phút hoặc cho đến khi chín hẳn.

g) Chia ra từng bát và dùng nóng.

Làm cho: 4

**THÀNH PHẦN:**
- 2 muỗng canh dầu ô liu
- 1 muỗng cà phê tỏi, băm nhỏ
- 1 pound súp lơ, cắt thành hoa
- 1 chén cải xoăn, xắt nhỏ
- 4 chén nước luộc rau
- ½ cốc sữa hạnh nhân
- ½ muỗng cà phê muối
- ½ muỗng cà phê hạt tiêu đỏ
- 1 muỗng canh mùi tây tươi xắt nhỏ

**HƯỚNG DẪN:**
a) Đặt một cái nồi trên lửa vừa và làm nóng dầu.
b) Thêm tỏi và hành tây và xào cho đến khi chín và mềm.
c) Cho vào nước luộc rau, cải xoăn và súp lơ; nấu trong 10 phút cho đến khi hỗn hợp sôi.

d) Khuấy hạt tiêu, muối và sữa hạnh nhân; giảm nhiệt và đun sôi súp trong 5 phút.

e) Chuyển súp vào máy xay sinh tố và trộn để đạt được độ đặc mong muốn; rắc mùi tây lên trên và dùng ngay.

Làm cho: 2

**THÀNH PHẦN:**
- 4 muỗng canh hạt chia
- 1 chén nước cốt dừa không đường
- ½ chén quả mâm xôi

**HƯỚNG DẪN:**
a) Thêm quả mâm xôi và nước cốt dừa vào máy xay sinh tố và xay cho đến khi mịn.
b) Đổ hỗn hợp vào hũ thủy tinh.
c) Cho hạt Chia vào lọ và khuấy đều.
d) Đậy nắp bình và lắc đều rồi cho vào tủ lạnh trong 3 giờ.
e) Phục vụ ướp lạnh và thưởng thức.

# 92. Pudding bơ chanh

Làm cho: 9

## THÀNH PHẦN:

- 2 quả bơ chín, bỏ hạt và cắt miếng
- 1 muỗng canh nước cốt chanh tươi
- 14 oz lon nước cốt dừa
- 2 muỗng cà phê stevia lỏng
- 2 muỗng cà phê vani

## HƯỚNG DẪN:

a) Kết hợp tất cả các thành phần và trộn cho đến khi mịn.

b) Phục vụ.

# 93. bánh hạnh nhân

Làm cho: 13

**THÀNH PHẦN:**
- ¼ chén sô cô la chip không đường
- ¼ chén bột ca cao không đường
- 1 chén hồ đào, xắt nhỏ (½ nạc)
- ½ chén bơ hạnh nhân
- ½ thìa cà phê vani
- ¼ chén chất làm ngọt trái cây Monk
- ⅛ muỗng cà phê muối hồng

**HƯỚNG DẪN:**

a) Thêm quả hồ đào, chất làm ngọt, vani, bơ hạnh nhân, bột ca cao và muối vào máy xay thực phẩm và chế biến cho đến khi kết hợp tốt.

b) Chuyển hỗn hợp bánh hạnh nhân vào tô lớn. Thêm chip sô cô la và gấp tốt.

c) Tạo những viên tròn nhỏ từ hỗn hợp bánh hạnh nhân và đặt lên khay nướng.

d) Đặt trong tủ đông trong 20 phút.

## 94. <u>Quả bóng bí ngô</u>

Làm cho: 18

**THÀNH PHẦN:**
- 1 chén bơ hạnh nhân
- 5 giọt stevia lỏng
- 2 muỗng canh bột dừa
- 2 muỗng canh bí ngô nghiền
- 1 muỗng cà phê gia vị bánh bí ngô

**HƯỚNG DẪN:**
a) Trộn bí ngô nghiền nhuyễn trong một bát lớn và bơ hạnh nhân cho đến khi kết hợp tốt.
b) Thêm stevia lỏng, gia vị bánh bí ngô và bột dừa và trộn đều.
c) Tạo những quả bóng nhỏ từ hỗn hợp và đặt chúng lên khay nướng.
d) Đặt trong tủ đông trong 1 giờ.

# 95. Cụm hạt sô cô la

Làm cho: 25

## THÀNH PHẦN:
- 9 ounce sô cô la đen không đường
- ¼ chén dầu dừa chưa tinh chế
- 2 chén hạt trộn muối

## HƯỚNG DẪN:
a) Lót một tấm nướng có viền bằng giấy da hoặc một tấm nướng silicone.

b) Trong một cái bát an toàn với lò vi sóng, đặt một miếng sô cô la vụn và dầu dừa và cho vào lò vi sóng cho đến khi sô cô la tan chảy.

c) Dùng phới trộn đều. Để nó nguội nhất ở một mức độ nào đó trước khi sử dụng.

d) Trộn cho đến khi tất cả các loại hạt phủ đều bên trong sô cô la.

e) Thả một thìa lớn hỗn hợp lên tấm chuẩn bị đã chuẩn bị sẵn.

f) Bảo quản phế liệu trong tủ lạnh tối đa ba tuần.

Làm cho: 12

**THÀNH PHẦN:**
- 1 chén dầu dừa
- ½ chén bơ không ướp muối
- 6 muỗng canh bột ca cao không đường
- 15 giọt stevia lỏng
- ½ chén bơ dừa

**HƯỚNG DẪN:**
a) Trong một cái chảo, cho bơ, dầu dừa, bột ca cao và cỏ ngọt vào nấu trên lửa nhỏ, khuấy thường xuyên cho đến khi tan chảy.
b) Đun chảy bơ dừa trong một cái chảo khác trên lửa nhỏ.
c) Đổ 2 muỗng canh hỗn hợp ca cao vào từng giếng của khuôn silicon 12 cốc.
d) Thêm 1 muỗng canh bơ dừa tan chảy vào mỗi giếng.
e) Cho vào ngăn đá cho đến khi cứng lại, khoảng 30 phút.

Làm cho: 4

## THÀNH PHẦN:
### CHO BÁNH:
- ⅔ chén bột hạnh nhân
- 5 quả trứng
- ⅓ cốc sữa hạnh nhân, không đường
- ¼ cốc erythritol
- 2 muỗng cà phê chiết xuất vani
- Nước cốt của 2 quả chanh
- 1 muỗng cà phê vỏ chanh
- ½ muỗng cà phê baking soda
- Chút muối
- ½ chén quả việt quất tươi (½ nạc)
- 2 muỗng canh bơ, tan chảy

### ĐỐI VỚI BÓNG ĐÁ:
- ½ cốc kem nặng

● Nước cốt của 1 quả chanh

● ⅛ cốc erythritol

**HƯỚNG DẪN:**

a) Làm nóng lò ở 350F

b) Trong một bát, thêm bột hạnh nhân, trứng và sữa hạnh nhân và trộn đều cho đến khi mịn.

c) Thêm erythritol, một chút muối, muối nở, vỏ chanh, nước cốt chanh và chiết xuất vani. Trộn và kết hợp tốt.

d) Cho quả việt quất vào.

e) Sử dụng bơ để bôi trơn chảo dạng lò xo.

f) Đổ bột vào chảo mỡ. Đặt trên một tấm nướng để nướng đều. Cho vào lò nướng cho đến khi chín ở giữa và hơi nâu ở mặt trên, khoảng 35 đến 40 phút.

g) Để nguội trước khi lấy ra khỏi chảo. Trộn erythritol, nước cốt chanh và kem nặng. Trộn đều.

h) Đổ sương lên trên. Phục vụ.

## 98. <u>Choco-Vỏ Hạnh Nhân</u>

Làm cho: 10

**THÀNH PHẦN:**
- ½ chén hạnh nhân nướng, xắt nhỏ
- ½ chén bơ
- 10 giọt cỏ ngọt
- ¼ muỗng cà phê muối
- ½ chén dừa bào không đường 9⅛ gia vị)
- 4 ounces sô cô la đen

**HƯỚNG DẪN:**
a) Làm nóng bơ và sô cô la trong lò vi sóng trong 90 giây.
b) Lấy nó ra và khuấy trong stevia.
c) Chuẩn bị một tấm bánh quy bằng giấy sáp và trải đều sô cô la.
d) Rắc hạnh nhân lên trên, dừa nạo và rắc muối.
e) Thư giãn trong 60 phút.

Làm cho: 2

**THÀNH PHẦN:**
- 1 gói ca cao nóng Optavia
- ½ chén gelatin không đường
- 1 muỗng canh pho mát kem nhẹ
- 2 muỗng canh nước lạnh
- ¼ chén đá xay

**HƯỚNG DẪN:**
a) Cho tất cả nguyên liệu vào máy xay sinh tố.
b) Xung cho đến khi mịn.
c) Đổ vào ly và đặt trong tủ lạnh để thiết lập.
d) Dùng lạnh.

# 100. <u>Bơ nhồi</u>

Làm cho: 2

**THÀNH PHẦN:**
- 1 quả bơ, cắt đôi và bỏ hạt
- 10 ounces cá ngừ đóng hộp, ráo nước
- 2 muỗng canh cà chua phơi nắng, xắt nhỏ
- 1 và ½ muỗng canh húng quế
- 2 muỗng canh ô liu đen, đọ sức và xắt nhỏ
- Muối và hạt tiêu đen để hương vị
- 2 muỗng cà phê hạt thông, nướng và xắt nhỏ
- 1 muỗng canh húng quế, xắt nhỏ

**HƯỚNG DẪN:**
a) Kết hợp cá ngừ với cà chua khô trong một cái bát, và các thành phần còn lại trừ quả bơ và khuấy đều.
b) Nhồi hỗn hợp cá ngừ vào nửa quả bơ và dùng như món khai vị.

Chế độ ăn kiêng xanh và sạch, hay đơn giản là chế độ ăn kiêng xanh, là một chế độ ăn tương tự như khái niệm về chế độ ăn thuần chay với thực phẩm tươi sống, nhưng ít chú trọng hơn vào thực phẩm tươi sống và chú trọng nhiều hơn vào thực phẩm toàn phần dù sao cũng được chế biến theo cách đảm bảo mức tối thiểu. sử dụng năng lượng trong quá trình chuẩn bị hoặc bảo quản.

Chế độ ăn kiêng Lean và Green có thể giúp bạn giảm cân và ăn những thực phẩm lành mạnh trong quá trình này. Chế độ ăn kiêng thực tế khiến cơ thể đốt cháy chất béo nhanh hơn nhiều so với carbohydrate; thực phẩm bạn tiêu thụ với chế độ ăn kiêng này khá giàu chất béo. Carbs cũng sẽ ở đó nhưng ở mức thấp hơn nhiều.

Nấu ăn vui vẻ.